AF518592

INSIGHT PUBLICA®

INSIGHT PUBLICA®

Nadakkavu, Kozhikode, Kerala
www.insightpublica.com
e-mail: insightpublica@gmail.com

Pavaveedu

(Malayalam-Drama)

Henrik Ibsen

Translation: K. Valsan
First Edition: January 2012
This Edition: December 2021

ISBN 978-81-922881-4-7
Printed and Published by
InsightinPublica Printers & Publishers Pvt. Ltd.

പാവവീട്

ഇബ്സൻ

വിവ: കെ. വത്സൻ

INSIGHT PUBLICA

ജനനം 1828-ൽ നോർവ്വേയിലെ സ്കീനിൽ. ദാരിദ്ര്യവും ഏകാന്തതയും അനുഭവിച്ച കുട്ടിക്കാലം. പതിനഞ്ചാം വയസ്സിൽ സ്കൂൾ വിദ്യാഭ്യാസം നിർത്തേണ്ടിവന്നു. വീടുവിട്ട് ഒരു വൈദ്യശാലയിൽ സഹായിയായി ചേർന്നു. പതുക്കെ പത്രപ്രവർത്തനത്തിലേക്കും നാടക രചനയിലേക്കും തിരിഞ്ഞു. 1864-ൽ പുതിയ അന്തരീക്ഷം തേടി ഇറ്റലിയിലേക്കു പോയി. ഇരുപത്തേഴുകൊല്ലക്കാലം ഇറ്റലിയിലും ജർമ്മനിയിലുമായി കഴിഞ്ഞു. ഈ കാലയളവിൽ തുടരെ നാടകങ്ങളെഴുതി. 1891-ൽ ജന്മനാട്ടിൽ തിരിച്ചെത്തുമ്പോഴേക്കും ലോകപ്രശസ്തി നേടിയിരുന്നു. 1906-ൽ, എഴുപത്തെട്ടാം വയസ്സിൽ നിര്യാതനായി.

ഇബ്സൻ

കണ്ണൂർ ജില്ലയിലെ കുഞ്ഞിമംഗലം സ്വദേശി. പയ്യന്നൂർ കോളേജിൽ നിന്ന് ഇംഗ്ലീഷ് സാഹിത്യത്തിലും, തിരുവനന്തപുരം നെടുങ്ങണ്ട എസ്.എൻ. ട്രെയ്നിങ്ങ് കോളേജിൽ നിന്ന് അദ്ധ്യാപനത്തിലും ബിരുദങ്ങൾ. കേരളത്തിലും പുറത്തുമായി പല തൊഴിലുകൾ ചെയ്തു. പ്രസിദ്ധീകരിക്കപ്പെട്ട **രചനകൾ:** *സഹനത്തിനും സ്വപ്നങ്ങൾക്കും ഇടയിൽ* (നാടകം), *പാതകൾ* (നാടക സമാഹാരം).

വിലാസം: അശ്വതി, അടിയപ്പാറ, കൂത്തുപറമ്പ്, കണ്ണൂർ - 670 643

കെ. വത്സൻ

തകരുന്ന കുടുംബ ബന്ധങ്ങളുടെ കെട്ടുറപ്പുള്ള രചനാവാസ്തുശില്പം

ഇതൊരു പഠനമോ, പുതിയ കണ്ടെത്തലുകളുടെ വെളിപ്പെടുത്തലോ അല്ല. വത്സൻ കുഞ്ഞിമംഗലം മൊഴിമാറ്റം നടത്തിയ പാവവീട് വായിച്ചു കഴിഞ്ഞുള്ള ഒരു അയവിറക്കലാണ്. ഇബ്സനെക്കുറിച്ച് വായിച്ചും കേട്ടുമറിഞ്ഞ, ഏവർക്കും അറിയാവുന്ന കാര്യങ്ങളിലൂടെ ഒരു സായാഹ്ന യാത്രയുടെ അലസകൗതുകത്തോടെ വെറുതെ ഒന്നു പരതി നടക്കുന്നു എന്നുമാത്രം.

ഇബ്സനെ 'ഇബ്സനാക്കി' തീർത്ത മുഖ്യനാടകങ്ങളുടെ ക്രിയാംശങ്ങൾക്കെല്ലാം പൊതുവായൊരിടമുണ്ട്. വളരെ വിശദമായ രംഗ നിർദ്ദേശങ്ങളോടെ ആ 'ഇട'ത്തിന്റെ ഭൗതിക ഘടന അദ്ദേഹം പകർത്തി വെച്ചിരിക്കുന്നത് കണ്ടാൽ വരാനിരിക്കുന്ന ആത്മസംഘർഷങ്ങളുടെയും ധർമ്മസങ്കടങ്ങളുടെയും കാര്യം പാടേ വിസ്മരിച്ച പോലെ തോന്നും. അസാധാരണമായ ഒരു ആത്മ സംയമനമാണത്. നിങ്ങൾ കാണുന്നത് ഇടത്തരക്കാരുടെ ഒരു സാധാരണ വീടിന്റെ അകപ്പകർപ്പ് മാത്രമാണെന്ന്, സ്വയം വിശ്വസിച്ചുകൊണ്ട് വിശ്വസിപ്പിക്കുകയാണ്. അതെ, കേവലമായ അർത്ഥത്തിൽ അതൊരു വീടു മാത്രമാണ്. പക്ഷേ, ആ 'ഇടം' ഇബ്സനെ സംബന്ധിച്ചിടത്തോളം മറ്റൊരു സൗധ നിർമ്മിതിക്കുള്ള സ്ഥാനം കാണലാണ്. അവിടെയാണ് പാവവീട് പോലൊരു വീട് അദ്ദേഹം പണിതുയർത്തുന്നത്. അതിനുള്ള തച്ചുശാസ്ത്രം മുഖ്യമായും അദ്ദേഹം സ്വായത്തമാക്കിയത് യവന നാടകവേദിയുടെ ഈടുറ്റ ഈടുവെപ്പിൽ നിന്നു തന്നെയാണ്. അവിടുത്തെ പ്രൊസ്കീനിയായിൽ നിന്നും തന്റെ 'പ്രൊസീനിയ'ത്തിലേക്ക് വെറുതെ അദ്ദേഹം നടന്നുകേറുകയായിരുന്നില്ല. അതിന്റെ ആഴത്തിലേക്ക് ഒരു കുതിപ്പ് കുതിക്കുകയായിരുന്നു. ആ കുതിപ്പിലാണ് ഇബ്സനിസത്തിന്റെ ഊർജ്ജം പ്രസരിക്കുന്നത്. സങ്കൽപ്പിക്കാനാവുന്ന റിയലിസത്തിന്റെ യാഥാസ്ഥിതികമായ പ്രവാഹത്തെ കീറിമുറിച്ചുകൊണ്ടാണ് ഇബ്സൻ ആ കുതിപ്പ് സാധ്യമാക്കിയത്.

ഇബ്സൻ അഭിനേതാവോ സംവിധായകനോ ആയിരുന്നില്ല. പക്ഷേ, നാടകം അടിസ്ഥാനപരമായി നടന്റെ കലയാണെന്ന പരമാർത്ഥം അദ്ദേഹം ഉൾക്കൊണ്ടിരുന്നു. ജീവിതത്തെ യഥാതഥമായി ആവിഷ്ക്കരിക്കാൻ, അഭിനേതാക്കളുടെ സജീവസാന്നിദ്ധ്യം അനിവാര്യഘടകമായി

നില്ക്കുന്ന നാടകവേദിക്ക്, അനായാസം സാദ്ധ്യമാകുമെന്ന് റിയലിസത്തിന്റെ വക്താക്കൾ മനസ്സിലാക്കിയിരുന്നു. ഇബ്സൻ പക്ഷേ, കുറേക്കൂടി ഉൾക്കാഴ്ചയോടെ 'നടന്റെ' നടനകലാ വൈഭവത്തെക്കുറിച്ച് വ്യക്തമായ ധാരണ സ്വാംശീകരിച്ചിരുന്നുവെന്ന് തോന്നുന്നു. ആ ധാരണയിലൂടെയാണ് രചയിതാവെന്ന നിലയിൽ നാടകശില്പത്തെ അദ്ദേഹം സമീപിച്ചിരുന്നത്. നാടക വേദിയുടെ പ്രാഗ് രൂപത്തെക്കുറിച്ച് ഇബ്സന്റെ സമകാലികനായിരുന്ന, രംഗസംവിധായകനും നാടകസംവിധായകനുമായ ഗോർഡൻ ക്രെയ്ഗിന്റെ ചിന്താധാര ഇബ്സനും മനസ്സിൽ കരുതിയിട്ടുണ്ടാവും. "There is a theatre which comes before plays, but it is not a building of bricks and stones. It is the building consisting of the body and voice of the actor " (ക്രെയ്ഗിന്റെ ഈ ഉദ്ധരണി യൂജിനോ ബാർബയുടെ 'The Paper Canoe' എന്ന ഗ്രന്ഥത്തിൽ നിന്നാണ്) അഭിനേതാക്കളുടെ സർഗ്ഗാത്മകത കൊണ്ട് പടുത്തുയർത്തുന്ന നാടക സൗധത്തിന്റെ 'ടെക്നിക്ക്' ഇബ്സന് നല്ല വശമായിരുന്നു. അത് നിത്യജീവിത വ്യവഹാരത്തിന്റെ ആവർത്തനമായിരുന്നില്ല.രംഗാവതരണത്തെക്കുറിച്ച് ഗ്രോട്ടോവ്സ്കിയുടെ അരുമശിഷ്യനും നാടക സംവിധായകനുമായ യൂജിനോ ബാർബ ഇപ്രകാരം കുറിച്ചിട്ടുണ്ട്. "In an organized performance the performer's physical and vocal presence is modelled according to principales which are different from those of daily life. This extra daily use of the body - mind is called 'technique" (The paper Canoe)

പ്രേക്ഷകരെപ്പോലെ തന്നെ സജീവസാന്നിദ്ധ്യമാണ് അഭിനേതാക്കളുടേയും.പക്ഷേ, ആവിഷ്കാര മാദ്ധ്യമമെന്ന നിലയിൽ അഭിനേതാക്കൾ നിർണ്ണയിക്കപ്പെട്ടു കഴിയുന്നതോടെ, അവർ പ്രസരിപ്പിക്കുന്ന ഊർജ്ജവും നിത്യജീവിത വ്യവഹാരത്തിൽ നിന്നും പരിവർത്തനം ചെയ്ത ഒന്നായിത്തീരും. ആ പരിവർത്തന പ്രക്രിയയാണ് അഭിനേതാക്കൾ അനുശീലനത്തിലൂടെ സ്വായത്തമാക്കുന്നത്. അവർ ആംഗികവും വാചികവും സാത്വികവുമായ ഉപാധികളെ ധ്വന്യാത്മകമായി ഉപയോഗിച്ചുകൊണ്ടാണ് അവരുടെ സർഗ്ഗാത്മകതയെ ആവിഷ്ക്കാരസമർത്ഥമാക്കുന്നത്. നിത്യജീവിതത്തിൽ നിന്ന് എല്ലാം സ്വീകരിക്കുകയല്ല, പലതും ഒഴിവാക്കുകയാണ് അവർ ചെയ്യുന്നത്. ബാർബയുടെ വാക്കുകൾ തന്നെ വീണ്ടും ഉദ്ധരിക്കട്ടെ: "The beauty of omission, in fact, is the suggestiveness of indirect action, of the life which is revealed with a maximum of intensity in a minimum of activity" അഭിനയത്തിന്റെ ഈ ടെക്നിക്കിൽ നിന്നാണ് നാടകം സൂചിതഭാഷയുടെ അതിശക്തമായ കാവ്യമായിത്തീരുന്നത്. ആ അവബോധം ഇബ്സനിൽ അടിയുറച്ചിരുന്നതിനാലാണ് അദ്ദേഹത്തിന്റെ റിയലിസം ധ്വന്യാത്മകതയുടെ റിയലിസമായിത്തീർന്നത് (Suggestive realism)

ഇബ്സനെ അകമഴിഞ്ഞ് ആരാധിച്ചിരുന്ന ബർണാഡ് ഷാ 'നാടകം സംഘർഷത്തിന്റെ കല'യാണെന്ന് വിശ്വസിച്ചു. ഇബ്സന്റെ നാടകങ്ങൾ അനിതര സാധാരണമായ കെട്ടുറപ്പോടെ ഈ സംഘർഷം തന്നെയാണ് ആവിഷ്ക്കരിക്കുന്നത്. ഇബ്സന്റെ ലക്ഷ്യം അതു തന്നെയാണെങ്കിലും

അദ്ദേഹം അതിനവലംബിക്കുന്ന രീതിക്ക് കാതലായ വ്യത്യാസമുണ്ട്. ഇതിവൃത്തം സംഘർഷാത്മകമായിരിക്കണമെന്നും അത് അതിന്റെ താഴ്ന്ന സ്ഥായിയിൽ ആരംഭിച്ച് അനുക്രമ വികാസത്തിലൂടെ ഉച്ചസ്ഥായിയിൽ എത്തണമെന്നും തന്നെയാണ് ഇബ്സന്റെ ലക്ഷ്യം. പക്ഷേ, അതെല്ലാം പാടേ വിസ്മരിക്കാൻ കഴിയുന്നു എന്നതാണ് ഇബ്സൻ പ്രതിഭയുടെ പ്രത്യേകത. സർഗ്ഗാത്മകമായ ഒരുതരം അജ്ഞത അദ്ദേഹം സ്വയം വരിക്കുകയാണെന്ന് തോന്നും. സംഘർഷം സാദ്ധ്യമാക്കാൻ അതിന്റെ കാരണക്കാരായ കഥാ പാത്രങ്ങളെ വളരെ വളരെ അവധാനതയോടെ അദ്ദേഹം കണ്ടെത്തുകയാണ്. ആ കഥാപാത്രങ്ങൾക്ക് രംഗഭാഷ ചമയ്ക്കേണ്ടത് അഭിനയത്തിന്റെ ടെക്നിക്കറിയാവുന്ന അഭിനേതാക്കളാണെന്ന ബോധം അദ്ദേഹത്തിനുണ്ട്. കഥാപാത്രങ്ങളുടെ അമൂർത്തതയും അഭിനേതാക്കളുടെ മൂർത്തതയും തന്റെ പ്രതിഭയാൽ അഭിരമിപ്പിച്ചുകൊണ്ട് യാഥാതഥ്യ പ്രതീതിയിലേയ്ക്ക് അവരെ വിക്ഷേപിക്കുകയാണ് അദ്ദേഹത്തിന്റെ രചനാതന്ത്രം. ആകയാൽ അദ്ദേഹം സംഘർഷം സൃഷ്ടിക്കുകയല്ല ചെയ്യുന്നതെന്ന് പറയാം. അതിനുതകുന്ന സ്വഭാവവിശേഷങ്ങളോടെ കഥാപാത്രങ്ങളെ, രംഗവേദിയിൽ താനുപദർശിച്ച ജീവിത സാഹചര്യത്തിലേക്ക്, പരിതോവസ്ഥയിലേക്ക് വിന്യസിപ്പിക്കുകയാണ് ചെയ്യുന്നത്. അവിടെ അവർ സ്വതന്ത്രരാണ്. അവരുടെ സഹജമായ വാസനകളുടെ പ്രകമ്പനങ്ങൾക്ക് അപാരമായ സ്വാതന്ത്ര്യം നൽകുകയാണ്. ആ സ്വാതന്ത്ര്യത്തിന്റെ വെളിപാടുകളിലൂടെ സംഘർഷം സ്വാഭാവികതയോടെ സംഭവിച്ചുപോവുകയാണ്. ഈ വിരുത് അസാധാരണമായ ഒരു കരവിരുതു തന്നെയാണ്. ഗോർഡൻ ക്രെയ്ഗിന്റെ പ്രയോഗത്തിൽ സാർത്ഥകമായ ഒരു വിഘടനം നടത്തിയാൽ ഇബ്സന്റെ രചനാവാസ്തുശിൽപത്തിന്റെ അടിസ്ഥാന ശക്തിയെന്തെന്ന് മനസ്സിലാക്കാൻ പറ്റും: "It is the building Consisting of the body and voice of the char -actor" (ആഗസ്റ്റോ ബാളിന്റെ 'Spect-actor'ഓട് കടപ്പാട്.)

ഹെൽമർ, നോറ, റാങ്ക്, ലിൻഡെ, ക്രോഗ്സ്റ്റഡ് ആദിയായ 'പ്രകൃതി - നടന്മാരെ (Char-actor) കൊണ്ടാണ് ഇബ്സൻ 'പാവവീട്' കെട്ടിപ്പടുത്തിരിക്കുന്നത്. ഹെൽമർ-നോറ ദമ്പതിമാരുടെ ദാമ്പത്യം; ഒരു മനോഹരമായ സൗധം ഒന്നു കുലുങ്ങി, വിണ്ടുകീറി, ചാഞ്ഞ്, ചരിഞ്ഞ്, അമർന്ന് നിലം പൊത്തുന്നപോലെ തകർന്നു വീഴുന്ന വീഴ്ച, 'പ്രകൃതിനടന്മാരുടെ' സ്വതന്ത്ര വിഹാരത്തിന്റെ കല്ലും ചാന്തുമുപയോഗിച്ച് കുറ്റമറ്റ കെട്ടുറപ്പോടെയാണ് ഇബ്സൻ പടുത്തുയർത്തിയിരിക്കുന്നത്. അത്തരത്തിലുള്ള ഒരു വീടിന്റെ വാതിൽ ഒരു സാധാരണ വാതിലാവാൻ തരമില്ല. അതുകൊണ്ടാണ് ഹെൽമറോട് വിടപറഞ്ഞിറങ്ങിപ്പോയ നോറ കൊട്ടിയടച്ച വാതിലിന്റെ ശബ്ദം യൂറോപ്പ് മുഴുവൻ പ്രതിദ്ധ്വനിച്ചത്. അതിന്റെ പ്രകമ്പനങ്ങൾ ലോക നാടകവേദിയെ സ്വാധീനിച്ചത്.

ഇന്നും ആ സ്വാധീനത്തിന് പ്രസക്തിയുണ്ടെന്ന് വെളിപ്പെടുത്തുന്ന അടയാളമാണ് വത്സൻ മൊഴിമാറ്റം നടത്തിയിരിക്കുന്ന'പാവവീട്' എന്ന ഈ നാടകം. ഒരു കൃതിയോട് ഒരാൾക്കുള്ള അദമ്യമായ സ്നേഹമാണ് അയാളുടെ ഭാഷ. അപ്പോൾ മൊഴിമാറ്റമെന്നത് മറ്റൊരു ഭാഷയിൽ നിന്ന്

തന്റെ സംസാരഭാഷയിലേക്ക് പകർത്തുക എന്ന പ്രക്രിയയല്ല. വത്സന്റെ ഉൽക്കടമായ സ്നേഹത്തിനു മുമ്പിൽ 'പാവവീട്' പരിഭാഷപ്പെട്ടുപോവുക യാണ് ചെയ്യുന്നത്.

നോർവീജിയൻ ഭാഷയിൽനിന്ന് ഇംഗ്ലീഷിലേക്ക് തർജ്ജമ ചെയ്യ പ്പെട്ട ഒരു ഭാഷ്യത്തെ ആലംബമാക്കിയാണ് വത്സൻ തന്റെ വിഭവശേഷി ആവിഷ്ക്കരിച്ചിരിക്കുന്നത്. എന്നിട്ടും സ്നേഹത്തിന്റെ ഭാഷകൊണ്ട് സംവദിക്കയാൽ ഒരു സ്വതന്ത്രനാടകത്തിന്റെ എല്ലാ തനിമയും അതിനു കൈവന്നിരിക്കുന്നു. മലയാളത്തിലെ വിവർത്തനശാഖയ്ക്ക്, പ്രത്യേകിച്ച് നാടകം പോലെ അത്രയ്ക്ക് വഴങ്ങിക്കൊടുക്കാത്ത ഒരു മാദ്ധ്യമവേദിക്ക് വത്സന്റെ ഈ 'പാവവീട്' ഒരു ഈടുവെയ്പുതന്നെയാണ്.

ഭാവുകങ്ങളോടെ,

പി.ബാലചന്ദ്രൻ

സ്കൂൾ ഓഫ് ലെറ്റേഴ്സ്

എം.ജി. യൂണിവേഴ്സിറ്റി, കോട്ടയം

*"വെറുമൊരുല്ലാസ ജീവിതം.
കഴമ്പില്ലാത്ത കളിചിരികൾ.
താങ്കൾ എല്ലായ്പ്പോഴും എന്നോട്
വളരെ ദയ കാണിച്ചിട്ടുണ്ട്.
പക്ഷേ നമ്മുടെ വീട് ഒരിക്കലും
ഒരു കളിവീടല്ലാതെ മറ്റൊന്നുമാ
യിരുന്നില്ല.
ഞാൻ താങ്കളുടെ പാവ ഭാര്യയാ
യിരുന്നു, വീട്ടിൽ ഞാൻ അച്ഛന്റെ
പാവക്കുഞ്ഞായിരുന്നതുപോലെ.
അതുപോലെ നമ്മുടെ കുട്ടികൾ
എനിക്കും പാവകളായിരുന്നു.
താങ്കൾ വന്ന് എന്റെ കൂടെ
കളിചിരിയിൽ ഏർപ്പെട്ടുന്നത്
എനിക്ക് വലിയ രസമായിരുന്നു.
അതുപോലെ ഞാൻ ചെന്ന്
അവരുടെ കൂടെ കളിക്കുന്നത്
അവർക്കും വലിയ രസമായിരുന്നു.
അതായിരുന്നു ടോർവാൾഡ്
നമ്മുടെ ദാമ്പത്യം."*

കഥാപാത്രങ്ങൾ:

ടോർവാൾഡ് ഹെൽമർ (ഒരഭിഭാഷകൻ), നോറ (അദ്ദേഹത്തിന്റെ ഭാര്യ), ഡോക്ടർ റാങ്ക്, മിസിസ് ക്രിസ്റ്റെൻ ലിൻഡെ, നീൽസ് ക്രോഗ്സ്റ്റഡ്, ആൻ മേരി (ആയ), ഹെലൻ (പരിചാരിക), ഹെൽമറുടെ മൂന്നു കുട്ടികൾ, ഒരു ചുമട്ടുകാരൻ.

ഹെൽമറുടെ ഫ്ളാറ്റിൽ വെച്ച് നാടകം നടക്കുന്നു.

അങ്കം ഒന്ന്

കലാബോധത്തോടെയും ആർഭാടരഹിതമായും സജ്ജീകരിച്ച മനോഹരമായ ഒരു മുറി. പിൻചുമരിൽ വലതുവശത്തെ വാതിൽ പ്രവേശനഹാളിലേക്ക് നയിക്കുന്നു, ഇടതുവശത്തെ വാതിൽ ഹെൽമറുടെ പഠനമുറിയിലേക്കും. ഈ രണ്ടു വാതിലുകൾക്കും മദ്ധ്യേ ഒരു പിയാനോ. ഇടതുചുമരിന്റെ നടുവിൽ ഒരു വാതിൽ; അതിനിപ്പുറം ഒരു ജാലകം. ജാലകത്തിനു സമീപം ഒരു വട്ടമേശയും അതിനു ചുറ്റും ചാരുകസേരകളും പിന്നെ ഒരു ചെറിയ സോഫയും. വലത്തേ ചുമരിൽ, പിൻഭാഗത്ത് ഒരു വാതിൽ; അതേ ചുമരിന്റെ ഇങ്ങേ ഭാഗത്ത് ഒരു ചീനക്കളിമൺ സ്റ്റോവും ഒരു ജോഡി ചാരുകസേരകളും ഒരു ആട്ടുകസേരയും. സ്റ്റോവിനും വാതിലിനും മദ്ധ്യേ ഒരു ചെറിയ മേശ. ചുമരുകളിൽ കൊത്തുപണികൾ. ചൈനീസ് കളിമൺ പാത്രങ്ങളും അതുപോലുള്ള മറ്റ് അലങ്കാരവസ്തുക്കളും. ഭംഗിയായി ബയന്റു ചെയ്ത് അടുക്കിവെച്ച പുസ്തകങ്ങൾ നിറഞ്ഞ ഒരു ചെറിയ അലമാര. തറയിൽ പരവതാനി; സ്റ്റോവിൽ തീയെരിയുന്നു. ഒരു ശൈത്യകാല ദിനം.

ഹാളിൽ പുറത്തുനിന്നുള്ള ഡോർബെൽ മുഴങ്ങുന്നു., ഒരു നിമിഷം കഴിഞ്ഞ് മുൻവാതിൽ തുറക്കുന്ന ശബ്ദം. നോറ മുറിയിലേക്ക് പ്രവേശിക്കുന്നു, സന്തോഷവതിയായി ഒരു മൂളിപ്പാട്ടോടെ. അവൾ യാത്രാവേഷത്തിലാണ്, കൈയ്യിലുള്ള ഒട്ടുവളരെ പൊതികൾ അവൾ വലതുവശത്തെ മേശപ്പുറത്ത് കൊണ്ടുവെയ്ക്കുന്നു. മുറിയിൽനിന്നും ഹാളിലേക്കുള്ള വാതിൽ അവൾ തുറന്നു വെച്ചിരിക്കുന്നു. അതിലൂടെ ഒരു കുടയും ഒരു ക്രിസ്മസ് മരവും പിടിച്ചുനിൽക്കുന്ന ചുമട്ടുകാരനെ കാണാം., അവർക്കുവേണ്ടി വാതിൽ തുറന്നുകൊടുത്ത വേലക്കാരിക്ക് അവ രണ്ടും അയാൾ കൈമാറുന്നു.

നോറ: ഈ ക്രിസ്മസ് മരം കൊണ്ടുപോയി ശ്രദ്ധയോടെ ഒളിച്ചുവെക്കണം, ഹെലൻ. വൈകുന്നേരം ഇത് അലങ്കരിച്ച് കഴിയുംവരെ കുട്ടികൾ ഇത് കാണരുത്. (പേഴ്സ് എടുത്തുകൊണ്ട്, ചുമട്ടുകാരനോട്) എത്രയാ ?

ചുമട്ടുകാരൻ: നാപ്പത്തഞ്ച്

നോറ: ഇതാ ഒരു ക്രൗൺ. ബാക്കി വെച്ചോളൂ.

(ചുമട്ടുകാരൻ നന്ദി പ്രകടിപ്പിച്ചശേഷം പോകുന്നു. നോറ വാതിലടയ്ക്കുന്നു. മേൽവസ്ത്രം അഴിച്ചുമാറ്റുമ്പോഴും അവൾ തന്നോടുതന്നെയുള്ള നിശ്ശബ്ദവും ആഹ്ലാദഭരിതവുമായ ചിരി തുടരുന്നു. അവൾ തന്റെ പോക്കറ്റിൽനിന്നും ബദാം ബിസ്കറ്റിന്റെ ഒരു പായ്ക്കറ്റ് പുറത്തെടുത്ത് അതിൽ നിന്നും ഒന്നോ രണ്ടോ എണ്ണമെടുത്ത് തിന്നുന്നു. തുടർന്ന് അവളുടെ ഭർത്താവിന്റെ മുറിയുടെ വാതിൽക്കലേക്ക് പതുങ്ങിച്ചെല്ലുന്നു.)

നോറ: ഉണ്ട്, അദ്ദേഹം അകത്തുണ്ട്.

(മൂളിപ്പാട്ടോടെ അവൾ വലതുവശത്തെ മേശയ്ക്കു നേരെ

നടക്കുന്നു)

ഹെൽമർ: (അയാളുടെ മുറിയിൽ) എന്റെ കുഞ്ഞുവാനമ്പാടിയാണോ അവിടെ കളകളം പാടുന്നത്?

നോറ: (ധൃതിയിൽ ചില പൊതികൾ തുറന്നുകൊണ്ട്) അതെ, അതുതന്നെ.

ഹെൽമർ: എന്റെ അണ്ണാൻകുഞ്ഞാണോ അവിടെ തുള്ളിച്ചാടി കളിക്കുന്നത്?

നോറ: അതെ!

ഹെൽമർ: എന്റെ ഓമനക്കുഞ്ഞ് എപ്പോഴെത്തി?

നോറ: ഇതാ, ഇപ്പോൾ. (ബിസ്ക്കറ്റ് പായ്ക്കറ്റ് കീശയിൽ തിരുകിക്കൊണ്ട്, മുഖം തുടയ്ക്കുന്നു) പുറത്തേക്ക് വരൂ ടോർവാൾഡ്, എന്തൊക്കെയാണ് ഞാൻ വാങ്ങിക്കൊണ്ടുവന്നതെന്നു കാണണ്ടേ?

ഹെൽമർ: ഞാൻ തിരക്കിലാണ് കേട്ടോ, ഉപദ്രവിക്കരുത്! (ഒരു നിമിഷം കഴിഞ്ഞ് വാതിൽ തുറന്ന് പുറത്തേക്കു നോക്കുന്നു. കൈയിൽ പേനയുണ്ട്) 'വാങ്ങി' എന്നാണോ നീ പറഞ്ഞത്? ഇതെല്ലാം? എന്റെ കുഞ്ഞുധാരാളി വീണ്ടും പണം ധൂർത്തടിച്ചോ?

നോറ: പക്ഷേ ടോർവാൾഡ്, ഈ വർഷം എന്തായാലും നമുക്കൽപ്പം കൈയ്യയച്ച് ചെലവാക്കാം. പണത്തിന്മേൽ മുറുക്കിപ്പിടുത്തം വേണ്ടാത്ത നമ്മുടെ ആദ്യത്തെ ക്രിസ്മസാണിത്.

ഹെൽമർ: എന്നുവെച്ച് ആർഭാടം കാണിക്കാനുള്ള വക നമുക്കുണ്ടെന്ന് വിചാരിക്കല്ലേ.

നോറ: ഓ, ഉണ്ട് ടോർവാൾഡ്, കുറച്ചൊക്കെ ആർഭാടത്തിനുള്ള വക ഇപ്പോൾ നമുക്കുണ്ട്, ഇല്ലേ? അല്പസ്വല്പമൊക്കെ ആവാം. താങ്കൾക്ക് നല്ലൊരു തുക ശമ്പളം കിട്ടുകയായി. താങ്കൾ ഒരുപാടൊരുപാട് സമ്പാദിക്കാൻ പോകുന്നു.

ഹെൽമർ: അതെ, അതൊക്കെ ക്രിസ്മസ് കഴിഞ്ഞിട്ട്. പക്ഷേ, അതിന് ആദ്യത്തെ ശമ്പളം കൈയിലെത്താൻ തന്നെ മുഴുത്ത മൂന്ന് മാസങ്ങൾ കഴിഞ്ഞുകിട്ടണം.

നോറ: ഓ! അതുവരെ നമ്മുടെ ആവശ്യങ്ങൾക്കെല്ലാം വേണ്ടത്ര കടം വാങ്ങാമെന്നേ.

ഹെൽമർ: നോറാ! (അവളുടെ നേരെ നടന്ന്, കളിയായി അവളുടെ ചെവിക്ക് പിടിച്ച്) ഇവിടെയാണ് നമ്മൾ വീണ്ടും തെറ്റുന്നത്. നീയും നിന്റെ ഓരോ കുട്ടിക്കളിയും! ഞാൻ ഇന്നുതന്നെ പോയി ഒരായിരം ക്രൗൺ കടം വാങ്ങിയെന്നിരിക്കട്ടെ. നീ അതെല്ലാം ക്രിസ്മസിന്റെ പേരിൽ പൊടിപൊടിച്ചു എന്നും വിചാരിക്ക്. എന്നിട്ട്, പുതുവത്സര ദിനത്തിൽത്തന്നെ എന്റെ തലയിൽ വല്ലതും വീണു ഞാനങ്ങു തട്ടിപ്പോയി എന്നും...

നോറ: (അയാളുടെ വായ പൊത്തിക്കൊണ്ട്) ശ്ശെ! ഇത്തരം ഉള്ളിൽ കൊള്ളുന്ന കാര്യങ്ങൾ പറയല്ലേ.

ഹെൽമർ: ശരി, അങ്ങനെ വല്ലതും സംഭവിച്ചെന്ന് കരുതുക... അപ്പഴോ?

നോറ: അതുപോലെ ഭയങ്കരമായതെന്തെങ്കിലും സംഭവിച്ചാൽ, ഞാൻ അങ്ങനെയൊരു കടത്തെപ്പറ്റി ചിന്തിക്കുകയേ ഇല്ല.

ഹെൽമർ: ശരി, പക്ഷേ ആ കടം തന്നവരുടെ കാര്യമോ?

നോറ: അവരോ? അവരെക്കുറിച്ച് ആര് ചിന്തിക്കുന്നു! അവരെ എനിക്ക് അറിയുക പോലുമില്ലല്ലോ!

ഹെൽമർ: നോറാ! നോറാ! ങാ, ഇതാണ് പെൺമനസ്സ്! കളി കളയൂ നോറാ, ഇത്തരം കാര്യങ്ങളിലുള്ള എന്റെ നിലപാട് നിനക്കറിയാം. കടപ്പാടുകൾ പാടില്ല! ഒരിക്കലും കടം വാങ്ങരുത്. കടത്തിന്റേയും ബാദ്ധ്യതയുടേയും മുകളിൽ പടുത്തുയർത്തുന്ന വീട്ടിൽ ഒരിക്കലും ശാന്തിയും സമാധാനവും കിട്ടില്ല. ഇതുവരെ നാം കടം വാങ്ങാതെ കഴിച്ചു. ഇനി ഒരല്പകാലം കൂടി നാം അതേ വഴിയിലൂടെ തന്നെ സഞ്ചരിക്കാൻ പോകുന്നു.

നോറ: (സ്റ്റോവിനടുത്തേക്ക് നടക്കുന്നു) വളരെ നല്ലത്, അങ്ങനെയാവട്ടെ, ടോർവാൾഡ്.

ഹെൽമർ: (അവളെ പിന്തുടർന്ന്) കണ്ടോ, കണ്ടോ! എന്റെ കുഞ്ഞു വാനമ്പാടി ഒന്നു ചിറകൊതുക്കിയല്ലോ, ങേ? എന്റെ അണ്ണാൻ കുഞ്ഞ് ഇത്തിരി മുഷിഞ്ഞല്ലോ, അല്ലേ? (പേഴ്സ് പുറത്തെടുത്ത്) നോറ, ഇതിലെന്താണെന്നറിയാമോ?

നോറ: (പെട്ടെന്നു തിരിഞ്ഞ്) പണം!

ഹെൽമർ: ഇതാ! (ഏതാനും നോട്ടുകൾ അവൾക്ക് കൊടുക്കുന്നു) ദൈവം തമ്പുരാനേ, എനിക്കു നല്ലവണ്ണമറിയാം, പണമില്ലാതെ എന്തു ക്രിസ്മസ്, എന്താഘോഷം?

നോറ: (എണ്ണുന്നു) പത്ത്, ഇരുപത്, മുപ്പത്, നാല്പത്... ഓ, നന്ദി, നന്ദി, ടോർവാൾഡ്! കുറേ നാളത്തേക്ക് ഇതു മതിയാവും.

ഹെൽമർ: അതെ, മതിയാവണം.

നോറ: ശരി, ശരി, ഞാനിത് ശ്രദ്ധിച്ചേ ചെലവാക്കൂ. ഇതാ, ഇങ്ങോട്ടു വരൂ, ഞാൻ വാങ്ങിച്ച സാധനങ്ങളൊക്കെ കാണിക്കാം. എല്ലാം വമ്പിച്ച വിലക്കുറവിലാണ് കേട്ടോ. നോക്കൂ, ഇവാറിന് പുതിയ ഉടുപ്പുകൾ.... ചെറിയൊരു വാളും.ബോബിനു വേണ്ടി ഒരു കുട്ടിക്കുതിരയും ചെണ്ടയും. ഈ പാവക്കുഞ്ഞും തൊട്ടിലും എമ്മിക്ക്. രണ്ടും അത്ര മെച്ചമല്ല. കാരണം, അവൾ എത്ര വേഗമാണ് ഓരോന്നും തകർത്തുകളയുന്നത്! വേലക്കാരികൾക്ക് കുറച്ചു തുണിയും തുവാലകളും വാങ്ങീട്ടുണ്ട്. പാവം, വയസ്സത്തി, ആൻ മേരിക്ക് നേരത്തേ വാങ്ങിക്കൊടുക്കേണ്ടതായിരുന്നു.

ഹെൽമർ: അല്ല, ഈ പൊതിയിലെന്താണ്?

നോറ: (ആക്രോശം പോലെ) ഹേയ്, അരുത്! അത് രാത്രിയായിട്ടേ കാണിക്കൂ!

ഹെൽമർ: ഓഹോ, അങ്ങനെയാവട്ടെ. എങ്കിൽ, ഇനി പറയൂ, എന്റെ കുഞ്ഞു ധാരാളി അവൾക്കു വേണ്ടി എന്താണാഗ്രഹിച്ചത്?

നോറ: എനിക്കോ? ഓ, സത്യമായും ഞാൻ ഒന്നിനു വേണ്ടിയും ആഗ്രഹിക്കുന്നില്ല.

ഹെൽമർ: തീർച്ചയായും നീ ആഗ്രഹിക്കുന്നുണ്ട്. നിനക്കിഷ്ടമാകുന്ന ന്യായമായതെന്തും നീ ആശിച്ചാൽ... അത് എന്നോടൊന്നു പറയൂ.

നോറ: തരക്കേടില്ല, പക്ഷേ എനിക്കൊരു രൂപവുമില്ല. എങ്കിലും, വാസ്തവം പറഞ്ഞാൽ, ടോർവാൾഡ്..

ഹെൽമർ: എന്താണ്?

നോറ: (അയാളുടെ കോട്ടിന്റെ ബട്ടൺ തിരുപ്പിടിച്ചുകൊണ്ടും അയാളെ നോക്കാതെയും) താങ്കൾ എനിക്ക് എന്തെങ്കിലും തരാൻ ആഗ്രഹിക്കുന്നുണ്ടെങ്കിൽ.... എനിക്ക് തരൂ.... എല്ലായ്പ്പോഴും എനിക്ക് തരൂ...

ഹെൽമർ: ശരി, ശരി, തുറന്നു പറയൂ!

നോറ: (പെട്ടെന്ന്) എനിക്കിനിയും പണം തന്നുകൊണ്ടിരിക്കു ടോർവാൾഡ്, ഇടക്കിടെ, താങ്കളുടെ ആവശ്യങ്ങൾ കഴിഞ്ഞ് ബാക്കിയാവുന്നതു മാത്രം. അങ്ങനെയാണെങ്കിൽ അതെല്ലാം കൂട്ടിവെച്ച് പിന്നീടെനിക്ക് വാങ്ങാൻ കഴിയുമല്ലോ, എന്റെ ഇഷ്ടവസ്തു.

ഹെൽമർ: പക്ഷേ നോറാ...

നോറ: ഓ, പ്ലീസ്, എന്റെ ടോർവാൾഡ്, പ്ലീസ് ! ഞാനപേക്ഷിക്കുന്നു. എങ്കിൽ ഞാൻ ഈ പണം ഒരു വർണ്ണക്കടലാസ്സിൽ പൊതിഞ്ഞ് ക്രിസ്മസ് മരത്തിന്മേൽ തൂക്കിയിടുമല്ലോ, നല്ല രസമായിരിക്കില്ലേ അത്?

ഹെൽമർ: എന്റെ ഒരോമനക്കുഞ്ഞ് നിയന്ത്രണമില്ലാതെ പണമെല്ലാം ചെലവാക്കുമ്പോൾ നാം അതിനെ എന്തു പേരിൽ വിളിക്കും?

നോറ: എനിക്കറിയാം, എനിക്കറിയാം, നാം അതിനെ ധൂർത്തയെന്നു വിളിക്കും. പക്ഷേ ഞാൻ പറഞ്ഞത് സമ്മതിക്കു ടോർവാൾഡ്. അപ്പോൾ എനിക്ക് കുറച്ചു സമയം കിട്ടുമല്ലോ, എനിക്ക് അവശ്യം വേണ്ടത് എന്താണെന്നു തീരുമാനിക്കാൻ. എന്താ, ഇത് വലിയ വിവേകബുദ്ധിയാണെന്ന് തോന്നുന്നില്ലേ?

ഹെൽമർ: (പുഞ്ചിരിക്കുന്നു) ഉണ്ട്, തീർച്ചയായും - അതായത് ഞാൻ തരുന്ന പണം നീ ശരിക്കും കരുതി വെക്കുകയും യഥാർത്ഥത്തിൽ നിനക്കാവശ്യമായ വല്ലതും വാങ്ങുകയുമാണെങ്കിൽ. അല്ലാതെ വീട്ടാവശ്യങ്ങൾക്കും അനാവശ്യ വസ്തുക്കൾ വാങ്ങിക്കൂട്ടുന്നതിനുമായി നീ അതങ്ങ് കലക്കിക്കളഞ്ഞാൽ, കൈയിട്ടു കൈയിട്ട് എന്റെ കീശയിൽ ഓട്ട വീഴും.

നോറ: ഓ പക്ഷേ, ടോർവാൾഡ്...

ഹെൽമർ: എന്റെ പ്രിയ നോറാ, നിനക്കത് നിഷേധിക്കാൻ കഴിയില്ല. (അവളുടെ അരക്കെട്ടിൽ കൈ ചുറ്റി) എന്റെ ഈ ഓമനക്കുഞ്ഞ് സ്നേഹമയിയാണ്. പക്ഷേ, ഭയങ്കരമായി ദീപാളി കുളിക്കുന്നവൾ. ഇത്തരം ഒരോമനയെ പരിപാലിക്കാൻ, ഹയ്യോ, എന്തൊരു പണച്ചെലവ്!

നോറ: നാണമില്ലല്ലോ! ഇങ്ങനെയൊക്കെ പറയാൻ കഴിയുന്നല്ലോ? സത്യം പറഞ്ഞാൽ ഞാൻ കഴിയുന്നതെല്ലാം കരുതിവെക്കാൻ ശ്രമിക്കുന്നുണ്ട്.

ഹെൽമർ: (ചിരിക്കുന്നു) അതെ, അതു ശരിയാണ്. പക്ഷേ എന്തു ഫലം!

നോറ: (സന്തോഷത്തോടെ പാട്ട് മൂളുകയും പുഞ്ചിരിക്കുകയും ചെയ്യുന്നു.) ഹാ,

എന്നെപ്പോലുള്ള ഓമനകൾക്ക് എന്തെല്ലാം ചെലവുകളുണ്ടെന്ന് താങ്കൾക്കൊന്നു സങ്കൽപ്പിക്കാനെങ്കിലും കഴിഞ്ഞെങ്കിൽ!

ഹെൽമർ: നീ എന്തൊരു രസികത്തിയാണ്! അച്ഛനെപ്പോലെത്തന്നെ മകളും. നിങ്ങൾക്കെപ്പോഴും പണം വേണം, എവിടെ കണ്ടാലും നിങ്ങൾക്കത് കൈക്കലാക്കണം. അത് നിങ്ങളുടെ കൈയ്യിൽ എത്തിയാലുടനെ ചോർന്നുപോവുകയും ചെയ്യുന്നു. നിങ്ങൾക്കുതന്നെ അറിയില്ല, അതെങ്ങോട്ടു പോയെന്ന്, നിങ്ങളെ നിങ്ങളായിത്തന്നെ കാണുകയേ നിർവ്വാഹമുള്ളൂ. രക്തത്തിലുള്ളതാണത്. അതെ നോറാ, ആ വക സ്വഭാവം പാരമ്പര്യ സിദ്ധമാണ്.

നോറ: ഓ, അച്ഛന്റെ ഗുണങ്ങളിൽ ചിലതുകൂടി എനിക്കു കിട്ടിയിരുന്നെങ്കിൽ എന്നാഗ്രഹിച്ചുപോവുകയാണ്.

ഹെൽമർ: അയ്യോ, എങ്കിൽ എന്റെ ആപ്പീസ് പൂട്ടും! എന്റെ കുഞ്ഞു വാനമ്പാടിയെ ഇപ്പോഴുള്ളതിൽനിന്നും ഒട്ടും ഭിന്നയായി കാണാൻ ഞാൻ ആഗ്രഹിക്കുന്നേയില്ല. അല്ല, അതു പറഞ്ഞപ്പോഴാണോർത്തത്, നിന്നെ കാണുമ്പോൾ... എന്തോ ഒരു... ഒരു... എങ്ങനെ ഞാനതിനെ വിശേഷിപ്പിക്കും... ഏറക്കുറെ ഒരു കുറ്റബോധം പോലെ...

നോറ: എനിക്കോ?

ഹെൽമർ: അതെ, അതുറപ്പുതന്നെ. ഇതാ ഇങ്ങോട്ട്, എന്റെ കണ്ണിലേക്ക് നോക്കൂ.

നോറ: (അയാളെ നോക്കുന്നു) ശരി?

ഹെൽമർ: (അവളുടെ നേരെ ഒരു വിരൽ ചലിപ്പിച്ചുകൊണ്ട്) ഇന്ന് തെരുവിലെത്തിയപ്പോൾ നമ്മുടെ ഈ മനോഹരമായ പല്ല് തന്നത്താൻ മറന്നുപോയില്ലേ?

നോറ: ഇല്ല. അങ്ങനെ തോന്നാൻ കാരണം?

ഹെൽമർ: ഇവൾ മധുരപലഹാരക്കടയിലേക്ക് ഒന്നു പാളി നോക്കിയില്ലേ?

നോറ: ഇല്ല, ഞാൻ ഉറപ്പു തരുന്നു, ടോർവാൾഡ്...!

ഹെൽമർ: ചിലതൊക്കെ രുചിച്ചു നോക്കിയില്ലേ?

നോറ: ഇല്ല, നേരായും ഇല്ല.

ഹെൽമർ: ഒന്നു രണ്ട് ബദാം ബിസ്ക്കറ്റ് നുണഞ്ഞില്ലേ?

നോറ: ഇല്ല ടോർവാൾഡ്, സത്യമായും, എന്നെ വിശ്വസിക്കണം...!

ഹെൽമർ: എങ്കിൽ ശരി! ഇത് എന്റെ ചെറിയൊരു നമ്പരാണ്, കേട്ടോ...

നോറ: (മേശയ്ക്കു നേരെ നടന്ന്) ടോർവാൾഡ് ഇഷ്ടപ്പെടാത്തതൊന്നും ഞാൻ സ്വപ്നത്തിൽപ്പോലും ചെയ്യില്ല.

ഹെൽമർ: തീർച്ചയായും നീ ചെയ്യില്ല. എനിക്കതറിയാം. നീ വാക്കു തന്നതാണല്ലോ.. (അവൾക്കു നേരെ നടന്ന്) അപ്പോൾ ശരി,എന്റെ പ്രിയ നോറ, നീ നിന്റെ കുഞ്ഞു ക്രിസ്മസ് രഹസ്യങ്ങൾ സൂക്ഷിച്ചു വെക്കുക. ഇന്നു രാത്രി നാം ക്രിസ്മസ് മരത്തിൽ ദീപം തെളിക്കുമ്പോൾ അവ വെളിപ്പെടാതിരിക്കില്ല, ഉറപ്പ്.

നോറ: ഡോക്ടർ റാങ്കിനെ ക്ഷണിക്കാൻ മറന്നില്ലല്ലോ?

ഹെൽമർ: ഓ, മറന്നു. പക്ഷേ, വാസ്തവത്തിൽ അതിന്റെ ആവശ്യമില്ല. നിശ്ചയമായും അദ്ദേഹം വരികയും നമ്മോടൊപ്പം ചേരുകയും

ചെയ്യും. എന്നാലും രാവിലെ കാണുമ്പോൾ ഞാൻ പറയുന്നുണ്ട്. ഞാൻ കുറച്ച് നല്ല വീഞ്ഞിന് ഏർപ്പാടാക്കീട്ടുണ്ട്. നോറാ, നിനക്ക് സങ്കൽപ്പിക്കാനാവില്ല, എത്ര പ്രതീക്ഷയോടെയാണ് ഞാൻ ഈ പുതുവർഷാരംഭത്തെ കാണുന്നതെന്ന്.

നോറ: ഞാനോ! കുട്ടികൾക്കും എന്തൊരുത്സാഹമാണ്, ടോർവാൾഡ്!

ഹെൽമർ: ഹൊ, എന്തൊരാനന്ദാനുഭൂതി! ഹൃദ്യവും സുരക്ഷിതവുമായ ഒരു ജോലി.. വമ്പിച്ച വരുമാനം... ഇവ രണ്ടും നമുക്കുണ്ടെന്നറിയുന്നത്... നിനക്കെന്തു തോന്നുന്നു? അതൊക്കെ ചിന്തയിലേക്ക് വരുമ്പോൾ ത്തന്നെ ആശ്ചര്യകരമായ ഒരനുഭൂതിയുണ്ടാകുന്നില്ലേ?

നോറ: ഓ, വിസ്മയകരം!

ഹെൽമർ: കഴിഞ്ഞ ക്രിസ്മസ് കാലം നീ ഓർക്കുന്നുണ്ടോ? ഞങ്ങളെ അത്ഭുതപ്പെടുത്താനായി വൈകുന്നേരം മുതൽ പാതിരാ വരെ മുറിയടച്ചിരുന്ന് പൂക്കളും മറ്റ് അലങ്കാര വസ്തുക്കളും ഉണ്ടാക്കുകയായിരുന്നു നീ. ഓ, തനിച്ചിരിക്കുന്നതിന്റെ ബോറടി അത്രയേറെ ഞാൻ എന്റെ ആയുസ്സിൽ അനുഭവിച്ചിട്ടില്ല.

നോറ: ഒട്ടും മടുപ്പില്ലാതിരുന്നത് എനിക്കാണ്.

ഹെൽമർ: (ചെറുചിരിയോടെ) എന്നിട്ട്, നോറാ, ഒടുവിൽ, അതിന്റെയൊരു പരിണാമഗുസ്തി....

നോറ: ഓ, അതിന്റെ പേരിൽ വീണ്ടുമെന്നെ കളിയാക്കല്ലേ! പൂച്ച അകത്തു കടക്കുമെന്നും സകലതും തട്ടിമറിച്ച് നാനാവിധമാക്കുമെന്നും എനിക്ക് മുൻകൂട്ടി അറിയാൻ കഴിയുമായിരുന്നോ?

ഹെൽമർ: ഇല്ലില്ല, നിനക്കറിയാൻ കഴിയുമായിരുന്നില്ല. എന്റെ പാവം കുഞ്ഞു നോറാ! ഞങ്ങളെ ആനന്ദിപ്പിക്കാൻ വേണ്ടിയായിരുന്നു നീ ആ പാടത്രയും പെട്ടത്- അതിന്റെ പിന്നിലെ നമ്മുടെ ജീവിതാവസ്ഥയാണ് കണക്കിലെടുക്കേണ്ടത്. എന്തൊക്കെ നാം അനുഭവിച്ചെങ്കിലും ആ ദുരിതകാലം അകന്നുപോയതാണ് വലിയ കാര്യം.

നോറ: അതെ, അതെന്തൊരാശ്വാസം!

ഹെൽമർ: ഇത്തവണ ഞാനിവിടെ തനിച്ചിരുന്നു മടുത്ത് വശംകെടേണ്ടതില്ല. നിന്റെ ഈ പ്രിയംകരമായ കണ്ണുകൾ ഉറക്കമൊഴിഞ്ഞ് വീർക്കേണ്ടതില്ല. ആ ലോലമായ വിരലുകൾ നൊന്തു നീറി...

നോറ: (ആഹ്ലാദപൂർവ്വം കൈ കൊട്ടിക്കൊണ്ട്) വേണ്ട ടോർവാൾഡ്, ഇനി അതൊന്നും വേണ്ടിവരില്ല, അല്ലേ? ഇനിയൊരിക്കലും. ഓ, അതു കേൾക്കുമ്പോൾ എന്തൊരാശ്വാസം! (അയാളുടെ കൈ സ്വന്തം കൈയിലെടുത്തുകൊണ്ട്) ഇനി എല്ലാം എങ്ങനെ വേണമെന്ന് ഞാൻ പറയട്ടെ ടോർവാ ൾഡ്. ക്രിസ്മസ് കഴിയുന്നതോടെ... (ഹാളിൽ ഡോർബെൽ മുഴങ്ങുന്നു) ഓ, അവിടെ ആരോ.... (സ്ഥാനം തെറ്റിയ ഒന്നുരണ്ടു വസ്തുക്കൾ നേരെ വെച്ചുകൊണ്ട്) വല്ല സന്ദർശകരുമായിരിക്കും. എന്തൊരു ശല്യം!

ഹെൽമർ: സന്ദർശകരാണെങ്കിൽ, മറക്കരുത്, ഞാനിവിടെ ഇല്ലെന്നു പറയാൻ.

പരിചാരിക: (വാതിൽക്കൽ) കുഞ്ഞേ, ഏതോ പെണ്ണൊരുത്തി കുഞ്ഞിനെ ക്കാണാൻ വന്നിരിക്കുന്നു.

നോറ: അകത്തേക്ക് വരാൻ പറയൂ.

പരിചാരിക: (ഹെൽമറോട്) ഡോക്ടർ സാറും വന്നിട്ടുണ്ട്, സാർ

ഹെൽമർ: അദ്ദേഹം നേരെ എന്റെ മുറിയിലേക്ക് പോയില്ലേ?

പരിചാരിക: ഓ, പോയി സാർ

(ഹെൽമർ തന്റെ മുറിയിലേക്ക് പോകുന്നു. പരിചാരിക മിസിസ് ലിൻഡെയെ കൂട്ടിക്കൊണ്ടുവരുന്നു. മിസിസ് ലിൻഡെ യാത്രാവേഷത്തിലാണ്. പരിചാരിക വാതിലട ക്കുന്നു)

മിസിസ് ലിൻഡെ: (ശങ്കിച്ചും സങ്കോചിച്ചും) സുഖമല്ലേ, നോറാ?

നോറ: (ആളെ മനസ്സിലാവാതെ) നിങ്ങൾക്കും സുഖമാണല്ലോ?

മി.ലിൻഡെ: നീ എന്നെ തിരിച്ചറിയുന്നില്ല എന്നു ഞാൻ സംശയിക്കുന്നു.

നോറ: ഇല്ല, എനിക്ക്... അല്ല, എനിക്കെന്തോ.... (പെട്ടെന്ന്, ആശ്ചര്യപ്പെട്ട്) ആരിത്! ക്രിസ്റ്റൈൻ! ഇത് ശരിക്കും നീ തന്നെയാണോ?

മി.ലിൻഡെ: അതെ, ഞാൻ തന്നെ.

നോറ: ക്രിസ്റ്റൈൻ! ഒന്നാലോചിച്ചുനോക്കൂ, നിന്നെ എനിക്ക് തിരിച്ചറിയാൻ കഴിയാതിരിക്കുക! പക്ഷേ, എങ്ങനെ കഴിയും, ഈ കോലത്തിൽ.... (ദയയോടെ) നീ അത്രയേറെ മാറിപ്പോയിരിക്കുന്നു, ക്രിസ്റ്റൈൻ!

മി.ലിൻഡെ: അതെ, ഞാൻ മാറിയെന്നുറപ്പ്. ഒമ്പതോ... പത്തോ കൊല്ല ങ്ങൾക്കിടയിൽ...

നോറ: നാം തമ്മിൽ കണ്ടിട്ട് അത്രയുമായോ? ശരിയാണ്, ആയിട്ടുണ്ടാ വണം. ഓ, നിനക്കറിയാമോ, ഇക്കഴിഞ്ഞ എട്ടു കൊല്ലങ്ങൾ എനിക്ക് സന്തോഷത്തിന്റെ കാലമായിരുന്നു. ഇപ്പോൾ നീയും ഈ പട്ടണത്തിലേക്ക് വന്നിരിക്കുന്നു, അല്ലേ? അതും ഈ ശൈത്യകാല ത്ത് ഒരു നീണ്ട യാത്രയും കഴിഞ്ഞ്. നിനക്ക് ധൈര്യമുണ്ട്.

മി.ലിൻഡെ: ഇന്നു കാലത്ത് ഞാൻ കപ്പലിറങ്ങിയതേ ഉള്ളൂ.

നോറ: അപ്പോൾ തീർച്ചയായും ക്രിസ്മസ് ആഘോഷിക്കാൻ തന്നെ. വളരെ നന്നായിരിക്കുന്നു! ഇനി നിനക്കു കാണാം, നമുക്കിവിടെ എന്തു രസമായിരിക്കുമെന്ന്. കുപ്പായമൊക്കെ മാറ്റൂ. നിനക്ക് തണുക്കുന്നി ല്ലല്ലോ? (അവളെ വസ്ത്രം മാറാൻ സഹായിക്കുന്നു) ങാ, ഇനി നമുക്ക് ഈ സ്റ്റോവിനടുത്ത് സുഖമായിരിക്കാം. അവിടെയല്ല, ഇവിടെ, ഈ കസേരയിലിരിക്കൂ. ഞാൻ ഈ ആട്ടുകസേരയിലിരിക്കാം. (അവളുടെ കൈത്തലം ഗ്രഹിച്ച്) ആഹാ, ഇപ്പോൾ നിന്റെ പഴയ രൂപം തിരിച്ചുവരുമ്പോലെയുണ്ട്. നിന്നെ ഓർക്കാപ്പുറത്തു കണ്ടതു കൊണ്ടാണെനിക്ക്... പക്ഷേ, നീ കുറച്ചു വിളറിയിട്ടുണ്ട് ക്രിസ്റ്റൈൻ... ഒരല്പം മെലിഞ്ഞിട്ടുമുണ്ട്!

മി.ലിൻഡെ: പിന്നെ കുറേ, കുറേ പ്രായവും തോന്നിക്കും നോറാ.

നോറ: അതെ, ഇത്തിരി കൂടുതൽ.... ഒരല്പം മാത്രം, അധികമൊന്നുമില്ല. (പെട്ടെന്നു നിർത്തി, ഗൗരവത്തിൽ) ഓ, ഞാനെന്തൊരു കാര്യബോ ധമില്ലാത്തവൾ, നിന്നെയിരുത്തി വധിക്കുന്നു! എന്റെ പ്രിയപ്പെട്ട ക്രിസ്റ്റൈൻ, നീ എന്നോട് ക്ഷമിക്കില്ലേ?

മി.ലിൻഡെ: നീ എന്താണിപ്പറയുന്നത്, നോറാ?

നോറ: (ദയയോടെ) പാവം ക്രിസ്റ്റൈൻ,ഇപ്പഴേ നീയൊരു വിധവയായല്ലോ.

മി.ലിൻഡെ: അതെ, എന്റെ ഭർത്താവ് മരിച്ചത് മൂന്നു കൊല്ലം മുമ്പാണ്.

നോറ: ഓ, ഞാനോർക്കുന്നു. ഞാനത് പത്രത്തിൽ വായിച്ചിരുന്നു. ഓ, ക്രിസ്റ്റൈൻ, ഇതു വിശ്വസിക്കൂ, നിനക്കെഴുതണമെന്ന് എത്ര വട്ടം ഞാൻ ആലോചിച്ചെന്നോ. പക്ഷേ, ഇന്നെഴുതാം നാളെ എഴുതാം എന്ന മട്ടിൽ അതങ്ങ് നീണ്ടുപോയി. എന്തോ ഒന്ന് എല്ലായ്പ്പോഴും എന്നെ തടഞ്ഞുകൊണ്ടിരുന്നു.

മി.ലിൻഡെ: എന്റെ പ്രിയ നോറാ, ഞാൻ നല്ലപോലെ മനസ്സിലാക്കുന്നു. അതു സാരമില്ല.

നോറ: അല്ല, ഞാൻ ചെയ്തത് ശരിയായില്ല ക്രിസ്റ്റൈൻ. പാവം, നീ എന്തൊക്കെ സഹിച്ചിരിക്കും. എന്നിട്ട്, അദ്ദേഹം നിനക്കായി ഒന്നും കരുതിവെച്ചിരുന്നില്ലേ?

മി.ലിൻഡെ: ഇല്ല

നോറ: കുട്ടികൾ?

മി.ലിൻഡെ: ഇല്ല

നോറ: അങ്ങനെ യാതൊന്നുമില്ലെന്നോ?

മി.ലിൻഡെ: ഒരു വകയുമില്ല. ഓർത്തു ദുഃഖിക്കാൻ ഒരു സ്മരണ പോലുമില്ല.

നോറ: (വിശ്വാസം വരാത്തപോലെ അവളെ നോക്കുന്നു) പക്ഷേ ക്രിസ്റ്റൈൻ, അങ്ങനെ സംഭവിക്കുമോ?

മി.ലിൻഡെ: (വ്യസനത്തോടെ പുഞ്ചിരിച്ച് നോറയുടെ തലമുടിയിൽ തലോടിക്കൊണ്ട്) ഓ, ചിലപ്പോൾ അങ്ങനെയും സംഭവിക്കുന്നു, നോറാ.

നോറ: അപ്പോൾ നീ ശരിക്കും ഒറ്റപ്പെട്ടു. എന്തൊരു ഭയങ്കര സങ്കടമായിരിക്കണം നിനക്കത്. എനിക്ക് മൂന്ന് അരുമക്കിടാങ്ങളുണ്ട്. നിനക്കവരെ ഇപ്പോൾ കാണാൻ പറ്റില്ല. അവരുടെ വളർത്തമ്മയുടെ കൂടെ പുറത്ത് പോയിരിക്കയാണ്. ങാ,ഇനി നീ നിന്റെ കഥകളെല്ലാം പറയണം...

മി.ലിൻഡെ: അല്ലല്ല, നിന്നെക്കുറിച്ച് കേൾക്കാനാണ് ഞാൻ ആഗ്രഹിക്കുന്നത്.

നോറ: ഇല്ല, നീ തുടങ്ങ്. ഇന്നു ഞാൻ സ്വാർത്ഥയായിക്കൂടാ, ഇന്നു ഞാൻ നിന്റെ കാര്യങ്ങളെക്കുറിച്ചേ ചിന്തിക്കാവൂ. എങ്കിലും ഒരു പ്രധാന സംഗതി നിന്നോട് പറയണമെന്നുണ്ട്. ഈയടുത്ത് ഞങ്ങൾക്കുണ്ടായ ഒരു വലിയ ഭാഗ്യത്തെക്കുറിച്ച് നീ കേട്ടിരുന്നോ?

മി.ലിൻഡെ: ഇല്ലല്ലോ. എന്താണത്?

നോറ: നീ എന്തു വിചാരിച്ചു? എന്റെ ഭർത്താവ് ബാങ്കുമാനേജരായെടീ!

മി.ലിൻഡെ: നിന്റെ ഭർത്താവോ? ഗംഭീരമാണല്ലോ!

നോറ: അതിഗംഭീരം, എന്താ! ഒരു വക്കീലിന്റെ ജോലി എത്രമാത്രം അനിശ്ചിതത്വങ്ങൾ നിറഞ്ഞതാണെന്ന് നിനക്കറിയാമല്ലോ- പ്രത്യേകിച്ചും അയാൾ കള്ളത്തരങ്ങൾക്ക് കൂട്ടുനിൽക്കാതിരിക്കുമ്പോൾ -അക്കാര്യത്തിൽ ടോർവാൾഡ് ബഹു കണിശമാണ്, അദ്ദേഹം തികച്ചും ശരിയാണെന്ന് ഞാനും കരുതുന്നു. ഇപ്പോൾ ഞങ്ങൾ

എത്ര സന്തുഷ്ടരാണെന്ന് നിനക്ക് സങ്കൽപ്പിക്കാം. ക്രിസ്മസ് കഴിയുന്നതോടെ അദ്ദേഹം നേരെ ജോലിയിൽ പ്രവേശിക്കുകയായി. വലിയ ശമ്പളവും ധാരാളം കമ്മീഷനും കിട്ടും. അതോടെ ഞങ്ങൾക്ക് തികച്ചും വ്യത്യസ്തമായൊരു ജീവിതം സാധ്യമാകും... ഇഷ്ടാനുസരണം ജീവിക്കാം. ഓ ക്രിസ്റ്റൈൻ, എനിക്ക് എന്തൊരാശ്വാസവും ആനന്ദവുമാണെന്നോ. ധാരാളം പണമുണ്ടായിരിക്കൽ, അല്ലലും അലട്ടുമില്ലാതിരിക്കൽ- അതൊരു വലിയ കാര്യം തന്നെയല്ലേ?

മി.ലിൻഡെ: ശരിയാണ്, വേണ്ടത്ര പണമുണ്ടായിരിക്കുന്നത് എന്തുകൊണ്ടും നല്ലതുതന്നെ.

നോറ: ഹേയ്, വേണ്ടത്രയൊന്നും പോരാ, വേണ്ടതിലധികം, ഒരുപാടൊരുപാട് വേണം.

മി.ലിൻഡെ: (പുഞ്ചിരിക്കുന്നു) നോറാ, നോറാ, ഇനിയും നിനക്ക് വിവേകമുദിച്ചില്ലേ? സ്കൂളിലായിരുന്നപ്പോൾ നീയൊരു ഭയങ്കര ധാരാളിയായിരുന്നു.

നോറ: അതെ, ടോർവാൾഡ് ഇപ്പോഴും പറയുന്നു, ഞാൻ ധാരാളിയാണെന്ന്. (വിരൽ ചൂണ്ടിക്കൊണ്ട്) പക്ഷേ, എല്ലാവരും കരുതുമ്പോലെ കുഞ്ഞു നോറ അത്ര മോശക്കാരിയൊന്നുമല്ല കേട്ടോ. വാസ്തവത്തിൽ എനിക്ക് കണ്ടമാനം ചെലവാക്കാൻ പറ്റുന്ന ധനസ്ഥിതിയൊന്നും ഇതുവരെ ഞങ്ങൾക്കുണ്ടായിട്ടില്ല. ഞങ്ങൾ രണ്ടുപേർക്കും ജോലി ചെയ്യേണ്ടിവന്നിട്ടുണ്ട്.

മി.ലിൻഡെ: നീയും?

നോറ: അതെ, ചില താൽക്കാലിക ജോലികൾ. വീട്ടിൽ വെച്ച് ചെയ്യാവുന്നവ. തുന്നൽ, പിന്നൽ, എംബ്രോയ്ഡറി എന്നിങ്ങനെ... (ഒഴുക്കൻ മട്ടിൽ) കൂടാതെ ഒന്നുരണ്ട് മറ്റു ജോലികളും. നിനക്കറിയാമെന്നു തോന്നുന്നു, ഞങ്ങളുടെ കല്ല്യാണം കഴിഞ്ഞതോടെ ടോർവാൾഡ് മന്ത്രികാര്യാലയത്തിലെ ജോലി ഉപേക്ഷിച്ച കാര്യം. ആ ഡിപ്പാർട്ട്മെന്റിൽ ഉദ്യോഗക്കയറ്റം പ്രതീക്ഷിക്കാമായിരുന്നില്ല. വരുമാനക്കൂടുതൽ അത്യാവശ്യവുമായിരുന്നു. പക്ഷേ, ആദ്യവർഷം തന്നെ അദ്ദേഹം ശരിക്കും തളർന്നുപോയി. നിനക്കൂഹിക്കാം, നാനാതരം പുറം ജോലികൾ ഏറ്റെടുക്കേണ്ടിവന്നതുകൊണ്ട് രാപകൽ അത്യദ്ധ്വാനം ചെയ്യേണ്ടി വന്നു, അദ്ദേഹത്തിന്. അങ്ങനെ ഏറെക്കാലം തുടരാൻ കഴിയുമായിരുന്നില്ല, കാരണം അത് അദ്ദേഹത്തെ ഗുരുതരമായ രോഗത്തിന് അടിപ്പെടുത്തിക്കഴിഞ്ഞിരുന്നു. ഡോക്ടർമാർ പറഞ്ഞു, നല്ല കാലാവസ്ഥയുള്ള തെക്കൻ ദിക്കിലേക്ക് പോകേണ്ടത് അത്യാവശ്യമാണെന്ന്.

മി.ലിൻഡെ: അതെ, എനിക്ക് തോന്നുന്നത്... ഒരു വർഷക്കാലം നിങ്ങൾ ഇറ്റലിയിൽ ചെലവഴിച്ചു എന്നാണ്, അല്ലേ?

നോറ: അത് വാസ്തവം. പക്ഷേ, അതത്ര എളുപ്പമായിരുന്നില്ല ക്രിസ്റ്റൈൻ. ഞാൻ ഇവാറിനെ പ്രസവിച്ചതേ ഉണ്ടായിരുന്നുള്ളൂ, എങ്കിലും പോയേ പറ്റൂ എന്ന സ്ഥിതിയും. ഓ അതൊരു അത്യത്ഭുത യാത്രയായിരുന്നു. അതാണ് ടോർവാൾഡിന്റെ ജീവൻ രക്ഷിച്ചതും. പക്ഷേ

അതിന് താങ്ങാനാവാത്ത പണച്ചെലവുണ്ടായി, ക്രിസ്റ്റൈൻ.

മി.ലിൻഡെ: അത് എനിക്കൂഹിക്കാമല്ലോ

നോറ: ആയിരത്തിരുന്നൂറു ഡോളർ. നാലായിരത്തെണ്ണൂറ് ക്രൗൺ. അതൊരു ഭയാനകമായ തുകയാണ് ക്രിസ്റ്റൈൻ.

മി.ലിൻഡെ: ശരിതന്നെ. എങ്കിലും അങ്ങനെയൊരു സാഹചര്യത്തിൽ അത്രയും കൈയിലുണ്ടാവാൻ ഭാഗ്യം വേണം.

നോറ: ഓ,നിനക്കറിയാമോ, അച്ഛനിൽ നിന്നാണ് ഞങ്ങൾക്കതു കിട്ടിയത്.

മി.ലിൻഡെ: ഓ, അതുശരി. ആയിടയ്ക്കല്ലായിരുന്നോ അച്ഛൻ മരിച്ചതും? എന്റെ ഊഹം ശരിയാണോന്നറിയില്ല.

നോറ: അതെ, ക്രിസ്റ്റൈൻ, ഏതാണ്ട് ആ സമയത്തു തന്നെ. എന്നിട്ടും എനിക്ക് അങ്ങോട്ടു പോകാനോ അച്ഛനെ ശുശ്രൂഷിക്കാനോ കഴിഞ്ഞില്ല. ഇവിടെ ഞാൻ എപ്പോഴും ഇവാറിന്റെ പിറവി പ്രതീക്ഷിച്ചിരിക്കുകയായിരുന്നല്ലോ. ടോർവാൾഡാണെങ്കിൽ ഗുരുതരനിലയിൽ എന്റെ മുന്നിൽ കിടക്കുന്നു. എനിക്ക് ഏറെ പ്രിയങ്കരനും എന്റെ ദയാനിധിയുമായ അച്ഛൻ! പിന്നീടൊരിക്കലും ഞാൻ അദ്ദേഹത്തെ കണ്ടില്ല. ഓ, വിവാഹാനന്തര ജീവിതത്തിൽ എനിക്കുണ്ടായ ഏറ്റവും ദുഃഖകരമായ അനുഭവം അതായിരുന്നു ക്രിസ്റ്റൈൻ.

മി.ലിൻഡെ: എനിക്കറിയാം, നീ അദ്ദേഹത്തെ വളരെയേറെ സ്നേഹിച്ചിരുന്നു. എന്നിട്ട്, അതു കഴിഞ്ഞാണ് നിങ്ങൾ ഇറ്റലിക്കു പോയത്, അല്ലേ?

നോറ: അതെ. പണം കിട്ടിക്കഴിഞ്ഞിരുന്നു. അടിയന്തരമായും പോകണമെന്ന് ഡോക്ടർമാർ പറഞ്ഞു. ഒരു മാസം കഴിഞ്ഞ് ഞങ്ങൾ പുറപ്പെടുകയും ചെയ്തു.

മി.ലിൻഡെ: അപ്പോൾ, നിന്റെ ഭർത്താവിന്റെ രോഗം ശരിക്കും സുഖപ്പെട്ട ശേഷമാണോ നിങ്ങൾ തിരിച്ചുവന്നത്?

നോറ: അതെ, പരമസുഖമായ ശേഷം.

മി.ലിൻഡെ: എങ്കിൽ... ആ ഡോക്ടർ എന്തിന് വന്നു?

നോറ: നീ ആരെക്കുറിച്ചാണ് പറയുന്നത്?

മി.ലിൻഡെ: ഞാനും ഒരു മാന്യനും ഒരേ സമയത്താണ് ഇവിടെ എത്തിയത്. നിന്റെ വേലക്കാരി എന്തോ പറഞ്ഞതിൽനിന്നും അയാളൊരു ഡോക്ടറാണെന്നു തോന്നി.

നോറ: ഓ, അത് ഡോക്ടർ റാങ്ക്, ചികിത്സിക്കാൻ വന്നതല്ല. അദ്ദേഹം ഞങ്ങളുടെ ഉത്തമ സുഹൃത്തും ഇവിടെ നിത്യസന്ദർശകനുമാണ്. ഇല്ല, അതിൽപ്പിന്നെ യാതൊരസുഖവും ടോർവാൾഡിനുണ്ടായിട്ടില്ല. കുട്ടികളും നല്ല ആരോഗ്യസ്ഥിതിയിലാണ്, അതുപോലെ ഞാനും. (ആഹ്ലാദപൂർവ്വം ചാടിയെണീറ്റ് കൈ കൊട്ടിക്കൊണ്ട്) ഓ, ദൈവമേ.... ഓ, ദൈവമേ... ജീവിക്കുന്നു എന്നത്, ആനന്ദകരമായി ജീവിക്കുന്നു എന്നത്... അത് എന്തൊരു ആശ്ചര്യകരമായ ഒന്നാണ് ക്രിസ്റ്റൈൻ! ഓ, പക്ഷേ ഞാൻ ലജ്ജിക്കേണ്ടതാണ്.... ഞാനിതാ വാതോരാതെ എന്നെക്കുറിച്ചുതന്നെ പറഞ്ഞുകൊണ്ടിരിക്കുന്നു. (മിസിസ് ലിൻഡെയുടെ സമീപത്ത് ഒരു ചെറിയ സ്റ്റൂളിന്മേലിരുന്ന്

അവളുടെ മടിയിൽ കൈ വെച്ചുകൊണ്ട്) പ്ലീസ് ക്രിസ്റ്റെൻ, നിനക്കെന്നോട് ദേഷ്യം തോന്നരുതേ! എന്നോട് പറയൂ, നീ നിന്റെ ഭർത്താവിനെ യഥാർത്ഥത്തിൽ ഇഷ്ടപ്പെട്ടിരുന്നില്ല എന്നത് വാസ്തവമാണോ? എങ്കിൽപിന്നെ നീ എന്തുകൊണ്ട് ആ വിവാഹത്തിന് സമ്മതിച്ചു?

മി.ലിൻഡെ: എന്റെ അമ്മ അപ്പോഴും ജീവിച്ചിരിപ്പുണ്ടായിരുന്നു; രോഗക്കിടക്കയിൽ, നിസ്സഹായയായി. അതുപോലെ ഇളയ രണ്ടു സഹോദരന്മാരെയും എനിക്ക് സംരക്ഷിക്കേണ്ടതുണ്ടായിരുന്നു. അതുകൊണ്ട് ആ വിവാഹത്തിന് വിസമ്മതിക്കുന്നത് നീതീകരിക്കാനാവില്ലെന്നു തോന്നി.

നോറ: സംശയമില്ല, നിന്റെ തീരുമാനം ശരിയായിരുന്നു. അക്കാലത്ത് അദ്ദേഹം ധനാഢ്യനായിരുന്നു എന്നാണ് എന്റെ ഊഹം?

മി.ലിൻഡെ: ആയിരുന്നു എന്നാണ് എന്റെയും ധാരണ. പക്ഷേ അദ്ദഹത്തിന്റെ ബിസ്സിനസ് ഉലഞ്ഞുകൊണ്ടിരുന്ന ഒന്നായിരുന്നു. അദ്ദേഹം മരിച്ചപ്പോൾ അതപ്പാടെ തകർന്നുവീണു, പിന്നെ യാതൊന്നും ശേഷിച്ചില്ല.

നോറ: എന്നിട്ട്?

മി.ലിൻഡെ: എന്നാലും, എനിക്ക് എന്നെത്തന്നെ സംരക്ഷിക്കണമല്ലോ. അതിനു വേണ്ടി ചെറുതായിട്ടൊരു കട തുറന്നു. പിന്നെ ചെറിയൊരു സ്കൂൾ. അങ്ങനെ എന്റെ കൊക്കിലൊതുങ്ങുന്ന പലതും. ഇക്കഴിഞ്ഞ മൂന്നു വർഷക്കാലം വിശ്രമമില്ലാതെ അദ്ധ്വാനിച്ചു. ഇപ്പോൾ അതൊക്കെ അവസാനിച്ചിരിക്കുന്നു, നോറാ. എന്റെ പാവം അമ്മയ്ക്ക് ഇനി എന്റെ സഹായം ആവശ്യമില്ല, അവർ പോയി. അനുജന്മാർക്കും ഇനി എന്നെ വേണ്ടാ; അവർക്ക് ജോലിയും സ്വന്തം ജീവിതവുമായി.

നോറ: അതൊക്കെ നിനക്ക് എത്ര വലിയ ആശ്വാസമായി...

മി.ലിൻഡെ: ഇല്ല നോറാ! പറഞ്ഞറിയിക്കാനാവാത്ത ശൂന്യതയാണ്. ഇനി ആർക്കു വേണ്ടി ജീവിക്കണം?(അസ്വസ്ഥയായി എഴുന്നേൽക്കുന്നു) ഒറ്റപ്പെട്ടതിന്റെ വേദന താങ്ങാനാവാതെയാണ് ഞാൻ അവിടം വിട്ടത്. മനസ്സിനെ എന്തിലെങ്കിലും വ്യാപരിപ്പിക്കാനുള്ള ഒരു വഴി കണ്ടെത്താൻ ഇവിടെയാണെളുപ്പം. സ്ഥിരതയുള്ള എന്തെങ്കിലും ജോലി കണ്ടുപിടിക്കാനായാൽ, ഒരു പക്ഷേ വല്ല ഓഫീസിലും...

നോറ: പക്ഷേ ക്രിസ്റ്റെൻ, അതൊക്കെ ഭയങ്കരമായി ക്ഷീണിപ്പിക്കുന്ന ഏർപ്പാടുകളാണ്. നീയാണെങ്കിൽ ഇപ്പോൾത്തന്നെ തളർന്ന സ്ഥിതിയിലും. നിനക്കിപ്പോൾ വേണ്ടത് വല്ല സുഖവാസകേന്ദ്രത്തിലും ഇത്തിരി വിശ്രമമാണ്.

മി.ലിൻഡെ: (ജനാലയ്ക്കരികിലേക്ക് നീങ്ങുന്നു) അതിന്, നിന്നെപ്പോലെ പണത്തിനു വേണ്ടി ആശ്രയിക്കാൻ എനിക്കൊരച്ഛനില്ലാതെ പോയല്ലോ എന്റെ നോറാ.

നോറ: (എഴുന്നേൽക്കുന്നു) അയ്യോ, ദയവായി, നിനക്കെന്നോട് ദേഷ്യം തോന്നരുതേ!

മി.ലിൻഡെ: (അവളുടെ അടുത്തേക്ക് പോകുന്നു) എന്റെ പ്രിയ നോറാ, നിനക്കെന്നോടും ദേഷ്യം തോന്നരുത്. എന്റെ സ്ഥിതിയിലുള്ളവരുടെ വലിയ ദോഷം എന്താണെന്നോ, അവർക്ക് പാരുഷ്യം കൂടും. ആർക്കു വേണ്ടിയാണ് ഞാൻ ജോലി ചെയ്യേണ്ടത്? എന്നിട്ടും എല്ലായ്പ്പോഴും ജോലിയന്വേഷിക്കേണ്ടിവരുന്നു. ജീവിക്കണമല്ലോ. അപ്പോൾ അവനവനെക്കുറിച്ചു മാത്രം ചിന്തിക്കാൻ തുടങ്ങുന്നു. നീ വിശ്വസിച്ചാലും ഇല്ലെങ്കിലും, നിങ്ങളുടെ ഉയർച്ചയെക്കുറിച്ചുള്ള ശുഭവാർത്ത നിന്നിൽനിന്നും കേട്ടപ്പോൾ, നിന്നെക്കുറിച്ചുള്ള സന്തോഷത്തേക്കാൾ എന്നെയോർത്തുള്ള സന്തോഷമാണ് എനിക്കുണ്ടായത്.

നോറ: നീ പറഞ്ഞതിന്റെ അർത്ഥം? ഓ, മനസ്സിലായി. ടോർവാൾഡിന് നിനക്കുവേണ്ടി എന്തെങ്കിലും ചെയ്യാൻ സാധിച്ചേക്കുമെന്ന്.

മി.ലിൻഡെ: അതെ, കണിശമായും അതു തന്നെയാണ് ഞാൻ ചിന്തിച്ചത്.

നോറ: അദ്ദേഹത്തിന് അതു സാധിക്കും ക്രിസ്റ്റൈൻ. അക്കാര്യം എനിക്കു വിട്ടേക്ക്. അതു ഞാൻ വളരെ സമർത്ഥമായി.... നല്ല നേരം നോക്കി വിഷയം ഞാൻ അവതരിപ്പിച്ചോളാം. ഓ, നിന്നെ സഹായിക്കാൻ ഞാൻ എത്രമാത്രം ആഗ്രഹിക്കുന്നെന്നോ.

മി.ലിൻഡെ: നോറാ, ഇതു നിന്റെ വലിയ ദയവാണ്. ദുഃഖങ്ങളും ദുരിതങ്ങളും നീ ഏറെയൊന്നും അനുഭവിച്ചിട്ടില്ലെങ്കിലും എന്നെ സഹായിക്കാനുള്ള സന്മനസ്സ് നിനക്കുണ്ടായല്ലോ.

നോറ: അപ്പോൾ ഞാൻ...? ഞാൻ ഏറെയൊന്നും അനുഭവിച്ചിട്ടില്ലെന്നോ...?

മി.ലിൻഡെ: (പുഞ്ചിരിക്കുന്നു) തരക്കേടില്ല, എന്റെ ദൈവമേ, ഇത്തിരി തയ്യലും മറ്റും ചെയ്തിട്ടുണ്ടെന്നുവെച്ച്... നീ എന്തൊരു കുട്ടിയാണ്, നോറാ!

നോറ: (തലയാട്ടിക്കൊണ്ട് മുറിയുടെ കുറുകെ നടക്കുന്നു.) നിന്റെ സ്ഥാനത്ത് ഞാനായിരുന്നെങ്കിൽ ഇത്ര അസന്നിദ്ധമായി അതു പറയില്ലായിരുന്നു.

മി.ലിൻഡെ: ഓ?

നോറ: നീയും മറ്റുള്ളവരെപ്പോലെ തന്നെ. നിങ്ങളെല്ലാവരും കരുതുന്നത് യഥാർത്ഥത്തിൽ ഗൗരവമുള്ള യാതൊന്നും ചെയ്യാൻ കഴിവില്ലാത്തവളാണ് ഞാൻ എന്നാണ്.

മി.ലിൻഡെ: അതല്ല നോറാ...

നോറ: നീ വിചാരിക്കുന്നത്, കാഠിന്യമേറിയ ഈ ലോകത്ത് ഞാൻ കാര്യമായ യാതൊരു പോരാട്ടവും നടത്തിയിട്ടില്ലെന്നാണ്.

മി.ലിൻഡെ: പ്രിയ നോറാ, നീ നിന്റെ വൈഷമ്യങ്ങളെക്കുറിച്ച് ഇപ്പോഴല്ലേ എന്നോട് പറയുന്നത്?

നോറ: ഛെ! അതൊക്കെ നിസ്സാര സംഗതികൾ. (സ്വരം താഴ്ത്തി) യഥാർത്ഥത്തിൽ വലിയ കാര്യത്തെക്കുറിച്ച് ഇനിയും ഞാൻ പറഞ്ഞില്ല.

മി.ലിൻഡെ: എന്തു വലിയ കാര്യം? നീ എന്താണുദ്ദേശിക്കുന്നത്?

നോറ: എനിക്കറിയാം ക്രിസ്റ്റൈൻ, നിനക്കെന്നോട് ഇത്തിരി അവജ്ഞയുണ്ടെന്ന്. കാര്യമറിയുമ്പോൾ അത് മാറും. നീ നിന്റെ അമ്മയ്ക്കു

വേണ്ടി ദീർഘകാലം കഠിനാദ്ധ്വാനത്തിലേർപ്പെട്ടതിൽ നിനക്ക് അഭിമാനമുണ്ട്.

മി.ലിൻഡെ: എനിക്കാരോടും അവജ്ഞയില്ല നോറാ. എന്നാൽ നീ പറഞ്ഞത് സത്യമാണ്. അമ്മയുടെ അന്ത്യകാലത്ത് അവർക്ക് ആശ്വാസം പകരാൻ കഴിഞ്ഞതോർക്കുമ്പോൾ എനിക്ക് അഭിമാനവും സന്തോഷവുമുണ്ട്.

നോറ: നിന്റെ അനുജന്മാർക്കു വേണ്ടി നീ എന്തൊക്കെ ചെയ്തുവോ, അതിലും നിനക്കഭിമാനമുണ്ട്.

മി.ലിൻഡെ: എനിക്ക് തോന്നുന്നു, അതിനുള്ള അവകാശം എനിക്കുണ്ടെന്ന്.

നോറ: എന്നു തന്നെ ഞാനും കരുതുന്നു. ഇനി ഞാൻ നിന്നോടു ചിലത് പറയാൻ പോകുന്നു, ക്രിസ്റ്റൈൻ. അഭിമാനിക്കാനും സന്തോഷി ക്കാനും എനിക്കുമുണ്ട് ചിലതൊക്കെ.

മി.ലിൻഡെ: ഞാനത് സംശയിക്കുന്നില്ല. പക്ഷേ, ഏതു കാര്യമാണ് നീ ഉദ്ദേശിക്കുന്നത്?

നോറ: അത്ര ഉറക്കെ പറയല്ലേ, ടോർവാൾഡെങ്ങാനും അത് കേൾക്കുകയാ ണെങ്കിൽ! യാതൊരു കാരണവശാലും അദ്ദേഹം അതറിയരുത്... യാതൊരാളും ഇതറിയരുത് ക്രിസ്റ്റൈൻ, നീയൊഴിച്ച് മറ്റാരും.

മി.ലിൻഡെ: പക്ഷേ എന്താണത്?

നോറ: ഇങ്ങടുത്തു വരൂ (അവളെ സോഫയിലേക്ക് വലിച്ച് തന്റെ അടുത്ത് ഇരുത്തി) അതെ, ക്രിസ്റ്റൈൻ, അഭിമാനിക്കാനും ആനന്ദിക്കാനും എനിക്കുമുണ്ട് ഒരു സംഗതി. ഞാനൊരുത്തിയാണ് ടോർവാൾഡി ന്റെ ജീവൻ രക്ഷിച്ചത്.

മി.ലിൻഡെ: രക്ഷിച്ചോ....? എങ്ങനെ....?

നോറ: ഞങ്ങളുടെ ഇറ്റലി യാത്രയെക്കുറിച്ച് ഞാൻ പറഞ്ഞല്ലോ...
അതില്ലായിരുന്നെങ്കിൽ ടോർവാൾഡ് ഒരിക്കലും രക്ഷപ്പെടുമായിരുന്നില്ല...

മി.ലിൻഡെ: അതെങ്ങനെ? അതിന് ആവശ്യമായിവന്ന പണം നിന്റെ അച്ഛൻ തന്നു എന്നല്ലേ പറഞ്ഞത്?

നോറ: (പുഞ്ചിരിക്കുന്നു) എന്നുതന്നെയാണ് ടോർവാൾഡ് കരുതുന്നത്, അതുപോലെ മറ്റുള്ളവരും. പക്ഷേ...

മി.ലിൻഡെ: പക്ഷേ..?

നോറ: അച്ഛൻ ഒരിക്കലും ഒരു പെനി പോലും തന്നില്ല. ഞാനൊരുത്തി യാണ് ആ പണമുണ്ടാക്കിയത്.

മി.ലിൻഡെ: നീയോ? ആ പണമത്രയും?

നോറ: ആയിരത്തിരുന്നൂറു ഡോളർ. നാലായിരത്തെണ്ണൂറ് ക്രൗൺ. ഉം, നീ എന്തു പറയുന്നു!

മി.ലിൻഡെ: എങ്കിലും നോറാ, അതെങ്ങനെ സാദ്ധ്യമായി? നിനക്ക് വല്ല ഭാഗ്യക്കുറിയോ മറ്റോ...

നോറ: (അവജ്ഞയോടെ) ഭാഗ്യക്കുറിയോ? ഛെ! അങ്ങനെയാണെങ്കിൽ, അഭിമാനിക്കാനും സന്തോഷിക്കാനും ഒന്നുമില്ലല്ലോ അതിൽ.

മി.ലിൻഡെ: എങ്കിൽ എവിടുന്നു കിട്ടി അത്?

നോറ: (നിഗൂഢമായൊരാനന്ദത്തോടെ പുഞ്ചിരിക്കുകയും പാട്ട് മൂളുകയും ചെയ്യുന്നു) ങ്ഹം, ലാ-ല-ലാ!

മി.ലിൻഡെ: എന്തായാലും നീ അത് കടം വാങ്ങിയിരിക്കാനിടയില്ല.

നോറ: ഓഹോ? എന്തുകൊണ്ട്?

മി.ലിൻഡെ: കാരണം, ഒരു ഭാര്യയ്ക്കും അവളുടെ ഭർത്താവിന്റെ സമ്മതമില്ലാതെ കടം വാങ്ങാൻ കഴിയില്ല.

നോറ: (തലയാട്ടിക്കൊണ്ട്) ങാ, എന്നാൽ പണമിടപാടിനെക്കുറിച്ച് ഇത്തിരി അറിവുള്ളൊരു ഭാര്യയുടെ കാര്യത്തിലാവുമ്പോൾ... കാര്യബോധമുള്ള ഒരു ഭാര്യയാണെങ്കിൽ, അവൾ...

മി.ലിൻഡെ: പക്ഷേ, നോറാ, എനിക്ക് മനസ്സിലാവുന്നില്ല...

നോറ: നീ മനസ്സിലാക്കേണ്ടതില്ല. ഞാൻ കടം വാങ്ങിയെന്ന് ഞാൻ പറഞ്ഞില്ല. എനിക്കത് മറ്റൊരു വഴിക്കും കിട്ടാം. (സോഫയിൽ ചാരിക്കിടന്നുകൊണ്ട്) എന്റെ ഏതെങ്കിലുമൊരു ആരാധകനിൽ നിന്നും എനിക്കത് കിട്ടാം. എന്നെപ്പോലെ ആകർഷണശക്തിയുള്ള ഏതൊരുവൾക്കും...

മി.ലിൻഡെ: വിഡ്ഢിത്തം പറയല്ലേ!

നോറ: ആകാംക്ഷ കൊണ്ട് നിനക്ക് ശ്വാസം മുട്ടുകയാണ്, ക്രിസ്റ്റൈൻ.

മി.ലിൻഡെ: നോക്കൂ, എന്റെ പ്രിയ നോറാ - നീ സാഹസമൊന്നും കാണിച്ചില്ലല്ലോ, അല്ലേ?

നോറ: (നിവർന്നിരുന്ന്) നിന്റെ ഭർത്താവിന്റെ ജീവൻ രക്ഷിക്കുന്നത് സാഹസമാണോ?

മി.ലിൻഡെ: എനിക്കു തോന്നുന്നത് അദ്ദേഹത്തോടു പറയാതെ ചെയ്യുന്നതെന്തും സാഹസം തന്നെയാണ്...

നോറ: പക്ഷേ, ഏറ്റവും പ്രധാനപ്പെട്ട വസ്തുത അദ്ദേഹം ഒന്നുമറിയരുത് എന്നുള്ളതാണ്. എന്റെ ദൈവമേ, നിനക്കത് മനസ്സിലാകുന്നില്ലേ? അദ്ദേഹത്തിന്റെ ഗുരുതരമായ രോഗാവസ്ഥയെക്കുറിച്ച് യാതൊന്നും അദ്ദേഹത്തെ അറിയിക്കാൻ പാടില്ലായിരുന്നു. ഡോക്ടർമാർ എന്നോടാണ് പറഞ്ഞത് അദ്ദേഹം അത്യന്തം അപകടത്തിലാണെന്നും, അദ്ദേഹത്തെ രക്ഷിക്കാനുള്ള ഒരേയൊരു വഴി കുറച്ചു കാലത്തേക്ക് തെക്കൻ ദിക്കിൽ താമസിക്കലാണെന്നും. ഞാനത് അദ്ദേഹത്തോട് പറയാൻ ശ്രമിച്ചില്ലെന്നാണോ നീ കരുതുന്നത്? ചെറുപ്പക്കാരികളായ മറ്റു ഭാര്യമാരെപ്പോലെ ഞാനത് പല തരത്തിൽ സൂചിപ്പിച്ചു, ചെറിയൊരു വിദേശയാത്ര എത്ര രസകരമായിരിക്കുമെന്ന്. ഞാൻ കരഞ്ഞു, തർക്കിച്ചു. എന്നോടല്പം പരിഗണന കാണിക്കണമെന്നും എന്റെ അഭിപ്രായങ്ങൾക്ക് ഇത്തിരി വില കല്പിക്കണമെന്നും ഞാൻ കെഞ്ചി. എന്നിട്ട്, ഒരു ലോൺ തരപ്പെടുത്താനും ഞാൻ നിർദ്ദേശിച്ചു. പക്ഷേ, അത്രയുമായപ്പോൾ അദ്ദേഹത്തിന്റെ നിയന്ത്രണം നഷ്ടപ്പെട്ടു, ക്രിസ്റ്റൈൻ. അദ്ദേഹം ശകാരിച്ചു; ഞാൻ ചപലയാണെന്നും, എന്റെ വ്യാമോഹങ്ങളെ നിരുത്സാഹപ്പെടുത്തേണ്ടത് ഒരു ഭർത്താവെന്ന നിലയിൽ തന്റെ കടമയാണെന്നും തീർത്തു പറഞ്ഞു- ആ വിധത്തിലാണ് അദ്ദേഹം

അതിനെ കണ്ടത്. എന്തായാലും ശരി, ഞാൻ നിശ്ചയിച്ചു, എങ്ങനേയും താങ്കൾ രക്ഷപ്പെടണം. അപ്പോഴാണ് ഞാനൊരു വഴി കണ്ടുപിടിച്ചത്...

മി.ലിൻഡെ: നിന്റെ അച്ഛനല്ല പണം തന്നതെന്ന് നിന്റെ അച്ഛനിൽ നിന്നു തന്നെ അദ്ദേഹം അറിയാനിടവന്നില്ലേ, ഒരിക്കലും?

നോറ: ഇല്ല, ഒരിക്കലും. ഏതാണ്ട് ആ സമയത്താണ് അച്ഛൻ മരിച്ചത്. ഈ രഹസ്യം അച്ഛനെ അറിയിക്കണമെന്നും അത് മറ്റാർക്കും വെളിപ്പെടുത്തരുത് എന്നു പറയണമെന്നും ഞാൻ ആഗ്രഹിച്ചിരുന്നു. പക്ഷേ അദ്ദേഹം അത്രമേൽ രോഗപീഢിതനായി കിടക്കുമ്പോൾ... അത് ഒരിക്കലും വേണ്ടിവന്നില്ലെന്ന് ഖേദപൂർവ്വം പറയട്ടെ.

മി.ലിൻഡെ: പിന്നീടൊരിക്കലും നീയിത് നിന്റെ ഭർത്താവിനോട് പറഞ്ഞില്ലേ?

നോറ: എന്റെ ദൈവമേ, അത്തരമൊന്ന് നിനക്കെങ്ങനെ സങ്കൽപ്പിക്കാൻ കഴിയുന്നു! അതും അത്തരം കാര്യങ്ങളിൽ ഏറെ കർക്കശക്കാരനായ ഒരാളോട്! അതു കൂടാതെ, ടോർവാൾഡ് വലിയ ആത്മാഭിമാനിയാണ്- എന്നോട് താൻ വല്ല വിധത്തിലും കടപ്പെട്ടിരിക്കുന്നു എന്ന ചിന്ത അദ്ദേഹത്തിന് കനത്ത വ്യാകുലതയും അപമാന ബോധവുമുണ്ടാക്കും. അത് ഞങ്ങൾക്കിടയിലെ സർവ്വവും നശിപ്പിക്കും; ഞങ്ങളുടെ ഈ സന്തുഷ്ടകുടുംബം തകർന്നു പോകും, എന്നെന്നേക്കുമായി.

മി.ലിൻഡെ: നീ ഇത് ഒരിക്കലും അദ്ദേഹത്തോട് പറയില്ലെന്നാണോ?

നോറ: (ചിന്താമഗ്നയായി, അർദ്ധമന്ദസ്മിതത്തോടെ) ഓ, പറഞ്ഞേക്കാം... ഒരുപക്ഷേ... എന്നെങ്കിലും... വർഷങ്ങൾക്കു ശേഷം, ഇപ്പോഴുള്ള എന്റെ ആകർഷകത്വം ക്ഷയിക്കുമ്പോൾ. നീ ചിരിക്കരുതേ! തീർച്ചയായും ഞാനുദ്ദേശിക്കുന്നത്, ടോർവാൾഡ് ഇപ്പോൾ എന്നെ പ്രണയിക്കുമ്പോലെ പ്രണയിക്കാതാവുന്ന കാലത്ത്, അദ്ദേഹത്തിന് എന്റെ നൃത്തം കാണാനുള്ള താല്പര്യം നശിക്കുമ്പോൾ, അല്ലെങ്കിൽ എന്റെ അണിഞ്ഞൊരുങ്ങൽ ഇഷ്ടപ്പെടാതാകുമ്പോൾ, അല്ലെങ്കിൽ എന്റെ പാട്ട് രസിക്കാതാവുമ്പോൾ. അത്തരം ഒരു കാലത്തേക്ക് എന്തെങ്കിലും കരുതി വെക്കുന്നത് നല്ലതാണല്ലോ... (പെട്ടന്ന് നിർത്തുന്നു) എന്തൊരസംബന്ധം! അങ്ങനെയൊരു കാലം വരാൻ പോകുന്നില്ല, ഒരിക്കലും. എന്താ, എന്റെ ഈ വലിയ രഹസ്യത്തെക്കുറിച്ച് നിനക്കെന്തു പറയാനുണ്ട്, ക്രിസ്റ്റൈൻ? ഇപ്പോഴും തോന്നുന്നുണ്ടോ ഞാൻ ഒന്നിനും കൊള്ളാത്തവളാണെന്ന്? എങ്കിലും ഒരു കാര്യം, അത് എന്നെ വല്ലാതെ ആധി പിടിപ്പിക്കുന്നു എന്ന് പറയാതെ വയ്യ. യഥാസമയം എന്റെ സാമ്പത്തിക ബാദ്ധ്യത നിറവേറ്റാൻ ഞാൻ വല്ലാതെ പാടുപെടുന്നു. നിനക്കറിയാമല്ലോ, പണമിടപാടുകളിൽ മൂന്നുമാസപ്പലിശ, തവണ വ്യവസ്ഥ മുതലായ ഏർപ്പാടുകളുണ്ടെന്ന്. ഇതൊക്കെ എപ്പോഴും വിജയകരമായി കൈകാര്യം ചെയ്യാൻ ഭയങ്കര ബുദ്ധിമുട്ടാണ്. അവിടന്നുമിവിടന്നും നുള്ളിപ്പെറുക്കി വേണം അതിനുള്ള വക എനിക്ക് സ്വരൂപിക്കാൻ,

നിനക്കത് ഊഹിക്കാം. വീട്ടുചെലവിനുള്ളതിൽനിന്ന് ഒരു തുട്ടു പോലും മാറ്റിവെക്കാൻ പറ്റില്ല. കാരണം ടോർവാൾഡിന് അന്ത സ്സായിത്തന്നെ ജീവിക്കണം. കുട്ടികളുടെ കാര്യത്തിൽ എനിക്കും അത് നിർബന്ധം - അവർക്കൊരു കുറവും വരുത്തിക്കൂടാ- കുഞ്ഞു മനുഷ്യരായ ആ ഓമനകൾക്ക്!

മി.ലിൻഡെ: പാവം നോറാ! അപ്പോൾ നിന്റെ സ്വന്താവശ്യങ്ങൾ പലതും ബലി കഴിച്ചിട്ടുവേണം അതിനു വേണ്ടതുണ്ടാക്കാൻ?

നോറ: പിന്നല്ലാതെ! എന്തൊക്കെയായാലും എന്നെയാണല്ലോ അത് സാരമായി ബാധിക്കുക. എനിക്ക് പുതിയ ഉടുപ്പുകളും മറ്റും വാങ്ങാനായി ടോർവാൾഡ് പണം തരുമ്പോഴെല്ലാം, അതിന്റെ പകുതിയിലേറെ ഞാൻ ചെലവാക്കാറില്ല. എല്ലായ്പ്പോഴും ഞാൻ വില കുറഞ്ഞതും ലളിതവുമായ വസ്ത്രങ്ങളേ വാങ്ങാറുള്ളൂ. എന്തും എനിക്ക് നല്ലപോലെ ചേരും എന്നുള്ളതാണ് വലിയൊരനുഗ്രഹം. അതുകൊണ്ട് ടോർവാൾഡ് ഒട്ടു ശ്രദ്ധിക്കാറുമില്ല, അതൊന്നും. എങ്കിലും ചിലപ്പോഴൊക്കെ എനിക്ക് സങ്കടം വരാറുണ്ട് ക്രിസ്റ്റൈൻ, ഇത് ഒരല്പം കടുപ്പമാണെന്ന്. കാരണം നന്നായി വസ്ത്രം ധരിക്കേണ്ടത് ഒരാവശ്യമല്ലേ?

മി.ലിൻഡെ: അതെ, എനിക്കും അങ്ങനെയാണ് തോന്നുന്നത്

നോറ: എന്തായാലും, മറ്റു വഴിക്കും ഞാൻ പണമുണ്ടാക്കുന്നുണ്ട്. കഴിഞ്ഞ ശൈത്യകാലത്ത് ധാരാളം പകർപ്പെഴുത്തു ജോലിക്കുള്ള ഭാഗ്യം എനിക്കുണ്ടായി. ആ നാളുകളിൽ എല്ലാ വൈകുന്നേരവും മുറിയട ച്ചിരുന്ന് ഞാനെഴുതി, അർദ്ധരാത്രിവരെ. ഓ, ചിലപ്പോൾ ഞാൻ വല്ലാതെ ക്ഷീണിച്ചുപോകും, വല്ലാതെ. എങ്കിലും അങ്ങനെ മുഷി ഞ്ഞിരുന്ന് ജോലി ചെയ്ത് പണമുണ്ടാക്കുന്നത് വലിയ രസമായിരു ന്നു. ഒരു പുരുഷനാകുന്നതുപോലെയായിരുന്നു അത്.

മി.ലിൻഡെ: ഈ വിധത്തിലൊക്കെ എത്രത്തോളം അടച്ചുതീർക്കാൻ കഴിഞ്ഞു?

നോറ: അതുപിന്നെ, കൃത്യമായി പറയാനാവില്ല. ഇതൊരു നൂലാമാല പിടിച്ച ഇടപാടാണ്. മനസ്സിലാവുന്നുണ്ടല്ലോ. എനിക്ക് ഒന്നേ അറിയൂ, അരിഷ്ടിച്ചുപിടിച്ചുണ്ടാക്കിയതെല്ലാം അടച്ചുതീർത്തിട്ടുണ്ട്. ചിലപ്പോഴൊക്കെ ഇനി എന്തു ചെയ്യേണ്ടൂ എന്നറിയാതെ ഞാൻ ഇവിടെ തരിച്ചിരുന്നുപോകാറുണ്ട് ക്രിസ്റ്റൈൻ. (ചെറുചിരിയോടെ) അപ്പോഴെല്ലാം ഞാൻ സങ്കൽപ്പിക്കും, ഏതോ ധനികനായൊരു മാന്യവയോധികൻ എന്നിൽ പ്രണയപരവശനായിരിക്കുന്നു എന്ന്...

മി.ലിൻഡെ: എന്ത്! ഏതു മാന്യൻ?

നോറ: ഓ, അസംബന്ധം!... ആ കക്ഷി മരിച്ചുപോയെടോ, അയാൾ തന്റെ വിൽപ്പത്രത്തിൽ വലിയ അക്ഷരങ്ങളിൽ ഇങ്ങനെ എഴുതിവെച്ചിട്ടു ണ്ടായിരുന്നു എന്നും: 'എന്റെ സകല സ്വത്തുക്കളും, താമസം വിനാ പണമായി സുന്ദരിയായ മിസിസ് നോറാ ഹെൽമർക്ക് നൽകപ്പെ ടേണ്ടതാകുന്നു.'

മി.ലിൻഡെ: എന്റെ പ്രിയ നോറാ - ഈ മനുഷ്യൻ ആരാണ്?

നോറ: എന്റെ ദൈവമേ, നിനക്ക് മനസ്സിലാവുന്നില്ലേ? അങ്ങനെയൊരു മാന്യവൃദ്ധൻ ജീവിച്ചിരുന്നിട്ടേയില്ല. അടുത്ത ഗഡു അടച്ചുകൊടുക്കാൻ എങ്ങോട്ടു തിരിയണമെന്നറിയാതെ ഉഴലുമ്പോൾ ഞാൻ ഇവിടെയിരുന്ന് അങ്ങനെയൊക്കെ സ്വപ്നം കാണുമായിരുന്നു, അത്ര തന്നെ. അല്ലാതെ മറ്റെന്ത്? പക്ഷേ അതുകൊണ്ടൊരു ഫലവുമില്ല. എന്നെയോർത്ത് ആ വയസ്സൻകുട്ടി ഇഷ്ടമുള്ളതെല്ലാം ചെയ്യട്ടെ, എനിക്കയാളെ മടുത്തു. അയാളും അയാളുടെ വിൽപ്പത്രവും തുലഞ്ഞു പോകട്ടെ. കാരണം എന്റെ ഉൽക്കണ്ഠകളെല്ലാം അവസാനിച്ചിരിക്കുന്നു. (ചാടിയെഴുന്നേറ്റ്) ഓ, ദൈവമേ, എന്തൊരുദാത്ത ചിന്തയാണ് ക്രിസ്റ്റൈൻ! ആശങ്കകളില്ലാതിരിക്കുക! ഒന്നാലോചിച്ചുനോക്കു, ഭാരമറിയാതെ ഈ ലോകത്ത് ഒഴുകിനടക്കാൻ കഴിയുക... കുട്ടികൾക്കൊപ്പം കളിചിരിയിലേർപ്പെടുക, വീട് ഭംഗിയായും ആകർഷകമായും സൂക്ഷിക്കുക, ടോർവാൾഡ് ഇഷ്ടപ്പെടുംപോലെ എല്ലാം ചെയ്യാൻ കഴിയുക! പിന്നെയോ വൈകാതെ വസന്തകാലം വരും, ഒപ്പം തെളിഞ്ഞ നീലാകാശവും പ്രത്യക്ഷമാകും. ഞങ്ങൾക്ക് സന്തോഷകരമായ ഒരു യാത്ര ഇനിയും തരപ്പെട്ടേക്കും, ഒരിക്കൽക്കൂടി എനിക്ക് സമുദ്രദർശനം സാധിച്ചേക്കും. ഹാ, അതെ! നിങ്ങൾ ആനന്ദഭരിതരാകുമ്പോൾ ജീവിതം അത്ഭുതകരമായ ഒന്നായി അനുഭവപ്പെടും!

(ഹാളിൽ ഡോർബെൽ ശബ്ദിക്കുന്നു)

മി.ലിൻഡെ: (എഴുന്നേൽക്കുന്നു) അവിടെ മണി മുഴങ്ങുന്നു. ഞാൻ പോകുന്നതാവും ഒരുപക്ഷേ നല്ലത്

നോറ: ഹേയ്, നീ ഇരിക്കു, ഇങ്ങോട്ടാരും വരില്ല. അത് ടോർവാൾഡിനെ കാണാൻ വരുന്ന ആരോ...

പരിചാരിക: (വാതിൽക്കൽ) ക്ഷമിക്കണം കുഞ്ഞേ, സാറിനെ അന്വേഷിച്ച് ഒരു മാന്യൻ വന്നിട്ടുണ്ട്. എന്തു പറയണമെന്ന്... ഡോക്ടർസാർ മുറിയിലുള്ളതുകൊണ്ട്...

നോറ: ആരാണദ്ദേഹം?

ക്രോഗ്സ്റ്റഡ്: (വാതിൽക്കൽ) ഇതു ഞാനാണ്, മിസിസ് ഹെൽമർ.

(മിസിസ് ലിൻഡെ ഞെട്ടുന്നു, ജാലകത്തിനു നേരെ തിരിയുന്നു)

നോറ: (ഒന്നു പതറി, അയാൾക്കു നേരെ ഒരു ചുവടു നീങ്ങി സ്വരം താഴ്ത്തിപ്പറയുന്നു) നിങ്ങളോ? എന്താണിത്? എന്റെ ഭർത്താവിനോട് എന്താണ് നിങ്ങൾക്ക് സംസാരിക്കാനുള്ളത്?

ക്രോഗ്സ്റ്റഡ്: ബാങ്കുകാര്യങ്ങൾ... ഒരർത്ഥത്തിൽ, ഞാൻ ആ ബാങ്കിൽ ജോലി ചെയ്യുന്നു എന്നു പറയാം. പുതിയ മാനേജർ നിങ്ങളുടെ ഭർത്താവാണെന്നറിഞ്ഞതുകൊണ്ട്...

നോറ: അതുകൊണ്ട്...

ക്രോഗ്സ്റ്റഡ്: അതുമായി ബന്ധപ്പെട്ട പതിവു കാര്യങ്ങൾ മാത്രം, മിസിസ് ഹെൽമർ. വേറെ യാതൊന്നുമില്ല.

നോറ: ശരി, എങ്കിൽ ദയവായി അദ്ദേഹത്തിന്റെ മുറിയിലേക്ക് ചെല്ലൂ.

(അവൾ തണുപ്പൻമട്ടിൽ തലയാട്ടിക്കൊണ്ട് അയാളുടെ പിന്നാലെ ചെന്ന് ഹാളിലേക്കുള്ള വാതിലടക്കുന്നു. പിന്നെ സ്റ്റോവിനടുത്തേക്ക് നടക്കുന്നു.)

മി.ലിൻഡെ: നോറ... അത് ആരായിരുന്നു?

നോറ: അയാളുടെ പേര് ക്രോഗ്സ്റ്റഡ്.

മി.ലിൻഡെ: അപ്പോൾ അത് അയാൾ തന്നെ.

നോറ: ആ മനുഷ്യനെ നിനക്കറിയാമോ?

മി.ലിൻഡെ: നല്ല പരിചയമുണ്ടായിരുന്നു... കുറേ വർഷങ്ങൾക്കു മുമ്പ്. കുറച്ചു കാലം അയാൾ നമ്മുടെ നാട്ടിൽ ഒരു വക്കീൽ ഗുമസ്തനായി ജോലി ചെയ്തിരുന്നു.

നോറ: അതെ, ശരിയാണ്.

മി.ലിൻഡെ: ആളാകെ മാറിപ്പോയല്ലൊ!

നോറ: അയാളുടെ വിവാഹജീവിതം സുഖകരമായിരുന്നില്ല എന്നാണ് തോന്നുന്നത്.

മി.ലിൻഡെ: ഭാര്യ മരിച്ചുപോയി, അല്ലേ?

നോറ: കുറേ കുട്ടികളുണ്ട്. അതാ, സ്റ്റോവ് നന്നായി കത്തുന്നു.
(അവൾ സ്റ്റോവിന്റെ തുറന്ന ഭാഗം അടക്കുന്നു. ആട്ടുകസേര ഒരല്പം നീക്കിയിടുന്നു.)

മി.ലിൻഡെ: ആളുകൾ പറയുന്നത് അയാൾക്ക് ശരിയല്ലാത്ത എന്തോ ബിസ്സിനസ്സുണ്ടെന്നാണ്?

നോറ: ഓ? ങാ, അതിന് സാദ്ധ്യതയുണ്ട്. എനിക്കത്ര പിടിയില്ല... നമുക്ക് ബിസ്സിനസ്സ് കാര്യങ്ങൾ വിടാം... അതൊക്കെ വളരെ വിരസമാണ്.
(ഡോക്ടർ റാങ്ക് ഹെൽമറുടെ മുറിയിൽനിന്നും പുറത്തേക്ക് വരുന്നു)

ഡോക്ടർ റാങ്ക്: (വാതിൽക്കൽ നിന്ന്) ഇല്ല, ഇല്ല, ടോർവാൾഡ്, സ്വസ്ഥമായി സംസാരിക്ക്. ഒരു നിമിഷം ഞാൻ തന്റെ ഭാര്യയുമായി വർത്തമാനം പറയട്ടെ. (വാതിൽ അടക്കുന്നു. മിസിസ് ലിൻഡെയെ ശ്രദ്ധിക്കുന്നു) ഓ, നിങ്ങളെന്നോട് ക്ഷമിക്കണം കേട്ടോ, അവിടത്തെപ്പോലെ ഇവിടെയും ഞാൻ ശല്യമാവുകയാണെന്ന് തോന്നുന്നു.

നോറ: ഹേയ്, ഒട്ടുമല്ല. (അവരെ പരിചയപ്പെടുത്തുന്നു) ഡോക്ടർ റാങ്ക്... മിസിസ് ലിൻഡെ.

ഡോക്ടർ റാങ്ക്: ങാ! ഈ വീട്ടിൽ പലപ്പോഴും പറഞ്ഞുകേട്ട ഒരു പേര്. കോണിപ്പടിയിൽ വെച്ച് ഞാൻ നിങ്ങളെ മറികടന്നതായി ഓർക്കുന്നു.

മി.ലിൻഡെ: ഈയിടെയായി പതുക്കെയേ എനിക്ക് കോണിപ്പടി കയറാൻ കഴിയുന്നുള്ളൂ. അതൊരു പരീക്ഷണമായി എനിക്കനുഭവപ്പെടുന്നു.

ഡോ.റാങ്ക്: ങാ, എവിടെയോ ചെറിയൊരു ബലഹീനത, അല്ലേ?

മി.ലിൻഡെ: സത്യത്തിൽ അത്യദ്ധ്വാനം കൊണ്ടുള്ള തളർച്ച, എന്നാണെന്റെ തോന്നൽ.

ഡോ.റാങ്ക്: അത്രേയുള്ളൂ? അപ്പോൾ നിങ്ങൾ ഈ പട്ടണത്തിലേക്കു വന്നത് നല്ലൊരു വിശ്രമത്തിനു വേണ്ടിയായിരിക്കും - ഇത്തിരി ഉല്ലാസവും ആകാമല്ലൊ, അല്ലേ?

മി.ലിൻഡെ: ഞാൻ ജോലിയന്വേഷിച്ചാണ് വന്നത്.

ഡോ.റാങ്ക്: അത്യദ്ധ്വാനം കൊണ്ടുള്ള തളർച്ച മാറ്റാൻ അതൊരു ഫലവത്തായ പ്രതിവിധിയാണെന്ന് കരുതാമോ?

മി.ലിൻഡെ: ജിവിക്കണ്ടേ ഡോക്ടർ.

ഡോ.റാങ്ക്: അതെ, അത് അനിവാര്യമാണെന്ന് എല്ലാവരും ചിന്തിക്കുന്നു.

നോറ: അതാണ്, അതാണ്, ഡോക്ടർ റാങ്ക്. ഏതൊരാളെയും പോലെ താങ്കളും ജീവിക്കാൻ കൊതിക്കുന്നു.

ഡോ.റാങ്ക്: തീർച്ചയായും കൊതിക്കുന്നു, ശരിയാണ്. ദുരിതപൂർണ്ണമാണെങ്കിലും ആകാവുന്ന കാലത്തോളം ജീവിതം മുന്നോട്ടു തള്ളിയിഴച്ചു കൊണ്ടുപോകാൻ ഞാൻ തികച്ചും സന്നദ്ധനാണ്. എന്റെ എല്ലാ രോഗികളും ഇതേ ചിന്താഗതിക്കാർ തന്നെ. ധാർമ്മികമായി ദുഷിച്ചുപോയവർ പോലും ഇക്കാര്യത്തിൽ വ്യത്യസ്തരല്ല. വാസ്തവം പറഞ്ഞാൽ, ആ ഗണത്തിൽപ്പെടുന്ന ഏറ്റവും മോശപ്പെട്ടൊരു വിദ്വാൻ ഈ നിമിഷത്തിലും ഹെൽമറുമായി സംസാരിച്ചുകൊണ്ടിരിക്കുകയാണ്...

മി.ലിൻഡെ: (സ്വരം താഴ്ത്തി) ഓ!

നോറ: താങ്കൾ ആരെയാണുദ്ദേശിക്കുന്നത്?

ഡോ.റാങ്ക്: ക്രോഗ്സ്റ്റഡ് എന്നു പേരുള്ള ഒരാൾ - ആളെ നിങ്ങളറിയാൻ ഇടയില്ല. ധാർമ്മികമായി അങ്ങേയറ്റം നശിച്ചുപോയ ഒരുത്തൻ. പക്ഷേ, അയാൾ സംഭാഷണം തുടങ്ങിയതുതന്നെ തനിക്കും ജീവിച്ചേ പറ്റൂ എന്നു പറഞ്ഞുകൊണ്ടാണ്, അതെന്തോ ഒരു മഹാ കാര്യമാണെന്നപോലെ.

നോറ: ഓഹോ? ടോർവാൾഡിനോട് എന്തിനെക്കുറിച്ച് സംസാരിക്കാനാണ് അയാൾ വന്നത്?

ഡോ.റാങ്ക്: സത്യമായും എനിക്കറിയില്ലേ. ആകപ്പാടെ ഞാൻ കേട്ടത് ബാങ്കിനെക്കുറിച്ച് എന്തോ പറയുന്നതാണ്.

നോറ: എനിക്ക് ഇതുവരെ അറിയില്ലായിരുന്നു ഈ ക്രോഗ്... എന്താണ്, ങാ, ഈ ക്രോഗ്സ്റ്റഡിന് ബാങ്കിലെന്താണ് ഇടപാടെന്ന്.

ഡോ.റാങ്ക്: ഓ, ഉണ്ട്, ബാങ്കിൽ അയാൾക്കെന്തോ ജോലിയുണ്ട്. (മിസിസ് ലിൻഡെയോട്) കേട്ടോ മിസിസ് ലിൻഡെ, ചില തരം മനുഷ്യരുണ്ട്, ധാർമ്മിക ച്യുതിയുടെ ദുർഗ്ഗന്ധം എവിടെയുണ്ടോ അവിടെ അവർ മണം പിടിച്ചെത്തും. എന്നിട്ട് അതിനു കാരണക്കാരായ കെട്ട മനുഷ്യരെ ഒന്നാന്തരം ജോലിയിൽ, നല്ല ശമ്പളത്തിൽ അവർ നിയമിക്കും. ആ നശിച്ചവരെ സൂക്ഷ്മനിരീക്ഷണം നടത്താനാണെന്നു തോന്നും ഈ കടുംകൈ. അന്തസ്സുള്ള, നല്ല മനുഷ്യർക്ക് യാതൊരു രക്ഷയുമില്ല. ഇത്തരം മനുഷ്യർ നിങ്ങളുടെ നാട്ടിലുമുണ്ടോ എന്നെനിക്കറിയില്ല.

മി.ലിൻഡെ: എന്തൊക്കെയായാലും രോഗികൾക്കാണ് തീർച്ചയായും ചികിത്സ നൽകേണ്ടത്.

ഡോ.റാങ്ക്: (തോൾ വെട്ടിച്ചുകൊണ്ട്) കണ്ടോ, അവിടെയാണ് പ്രശ്നം. ഈ മനോഭാവമാണ് സമൂഹത്തെ രോഗാതുരമാക്കുന്നത്.

(സ്വന്തം ചിന്തകളിൽ മുഴുകിയിരുന്ന നോറ പെട്ടെന്ന് അടക്കിയ ചിരിയോടെ കൈ കൊട്ടുന്നു)

ഡോ.റാങ്ക്: ഇതിലെന്താണ് നിങ്ങൾക്ക് ചിരിക്കാനുള്ളത്? വാസ്തവത്തിൽ ഈ സമൂഹം എന്താണെന്ന് നിങ്ങൾക്കറിയാമോ?

നോറ: ഈ മൂഢമായ ജീർണ്ണസമൂഹത്തെ ഞാനെന്തിനു കാര്യമാക്കണം? ഞാൻ ചിരിച്ചത് തികച്ചും ഭിന്നമായ മറ്റൊരു കാര്യമോർത്താണ്... ഉഗ്രൻ തമാശയുള്ളത്. പറയൂ ഡോക്ടർ റാങ്ക്, മേലിൽ ബാങ്കിലെ ജോലിക്കാരെല്ലാം ശരിക്കും ടോർവാൾഡിനെ ആശ്രയിക്കേണ്ടി വരും, അല്ലേ?

ഡോ.റാങ്ക്: അതിലാണോ നിങ്ങൾ ഇത്ര ഉഗ്രമായ തമാശ കാണുന്നത്?

നോറ: (പുഞ്ചിരിച്ചും പാട്ട് മൂളിയും) നിങ്ങൾക്കത് രസിക്കില്ല! നിങ്ങളെ അത് ചിരിപ്പിക്കില്ല! (അങ്ങുമിങ്ങും നടന്ന്) അതെ, അത് ഉഗ്രമായി രസിപ്പിക്കുന്ന ഒന്നാണ്... ഞങ്ങൾക്ക്, ടോർവാൾഡിന് ഇപ്പോൾ നിരവധി ആളുകളുടെ മേൽ അധികാരമുണ്ടല്ലോ എന്നത്. (ബിസ്ക്കറ്റ് പായ്ക്കറ്റ് പുറത്തെടുക്കുന്നു.) ഡോക്ടർ റാങ്ക്, കുറച്ചു ബദാം ബിസ്ക്കറ്റ് ആയാലെന്താ?

ഡോ.റാങ്ക്: അയ്യോ, ഇതു കണ്ടോ? ഇതിനിവിടെ നിരോധനമുണ്ടെന്നാണ് എന്റെ അറിവ്.

നോറ: അതൊക്കെയുണ്ട്. ഇതു പക്ഷേ എന്റെ കൂട്ടുകാരിയുടെ വകയാണ്.

മി.ലിൻഡെ: എന്ത്? ഞാൻ...?

നോറ: വേണ്ടാ, വേണ്ടാ, നിനക്ക് പേടി വേണ്ടാ. നിനക്കറിയില്ലല്ലോ ടോർവാൾഡ് ഇതിവിടെ നിരോധിച്ചിട്ടുണ്ടെന്ന്. ഇത് എന്റെ പല്ലുകളെ നശിപ്പിക്കുമെന്നാണ് അദ്ദേഹത്തിന്റെ ഭയം, മനസ്സിലായോ. എന്നാലും.... വല്ലപ്പോഴുമൊരിക്കലായാൽ എന്തു സംഭവിക്കാൻ! അങ്ങനെയല്ലേ ഡോക്ടർ റാങ്ക്? (ഒരെണ്ണം അദ്ദേഹത്തിന്റെ വായിൽ തിരുകുന്നു.) നീയും തിന്നണം ക്രിസ്റ്റൈൻ. (അവൾക്കും കൊടുക്കുന്നു.) ഇനി ഒന്നെനിക്ക്, ചെറിയതൊന്ന്... പരമാവധി രണ്ട്. (മുറിയിൽ അങ്ങിങ്ങ് നടക്കുന്നു) വാസ്തവത്തിൽ ഞാൻ വളരെ സന്തോഷത്തിലാണ്. ഇപ്പോൾ ഒരു ചെറിയ കാര്യം നിർവ്വഹിക്കാൻ ഞാൻ വല്ലാതെ ആഗ്രഹിക്കുന്നു.

ഡോ.റാങ്ക്: അതെന്താണ്?

നോറ: ടോർവാൾഡിന്റെ മുന്നിൽവെച്ച് ഒരു കാര്യം പറയാനാണ് ഞാനാശിക്കുന്നത്.

ഡോ.റാങ്ക്: അതിനെന്താണ് വിഷമം?

നോറ: ഇല്ല, എനിക്ക് ധൈര്യമില്ല. അതത്ര നല്ല കാര്യമല്ല.

മി.ലിൻഡെ: നല്ല കാര്യമല്ലേ?

ഡോ.റാങ്ക്: ഓഹോ, എങ്കിൽ അത് പറയാതിരിക്കുന്നതാവും ഭംഗി. എന്നാലും ഞങ്ങളോട് പറയരുതോ? ഹെൽമറുടെ മുന്നിൽ വെച്ച് നിങ്ങൾ പറയാനാശിക്കുന്ന സംഗതി എന്തായിരിക്കാം?

നോറ: ഇത്രയും പറയാനേ ഞാൻ ആശിക്കുന്നുള്ളൂ. 'കൊട്ടും ശിക്ഷ'

ഡോ.റാങ്ക്: നിങ്ങൾക്ക് ഭ്രാന്തുണ്ടോ?

മി.ലിൻഡെ: എന്റെ ദൈവമേ, നോറാ...!

ഡോ.റാങ്ക്: അതു പറഞ്ഞോളൂ! അദ്ദേഹം വരുന്നുണ്ട്!

നോറ: (ബിസ്ക്കറ്റ് പായ്ക്കറ്റ് ഒളിപ്പിച്ചുകൊണ്ട്) ശ്ശ്! ശ്ശ്!

(ഹെൽമർ തന്റെ മുറിയിൽനിന്നും പുറത്തേക്കു വരുന്നു, ഓവർക്കോട്ട് കൈത്തണ്ടയിലും തൊപ്പി കൈയ്യിലുമായി)

നോറ: (അയാളുടെ അരികിലേക്കണഞ്ഞ്) ഓ, എന്റെ പ്രിയ ഹെൽമർ, അയാളിൽനിന്ന് രക്ഷപ്പെട്ടോ?

ഹെൽമർ: ഓ, അയാൾ പോയി.

നോറ: ഞാൻ നിന്നെ പരിചയപ്പെടുത്തട്ടെ. ഇത് ക്രിസ്റ്റൈൻ. നാട്ടിൽനിന്ന് എത്തിയതേയുള്ളൂ...

ഹെൽമർ: ക്രിസ്റ്റൈൻ...? ക്ഷമിക്കണം, പക്ഷേ എനിക്കു നിങ്ങളെ പരിചയമില്ലെന്നാണ് തോന്നുന്നത്...

നോറ: മിസിസ് ലിൻഡെ, പ്രിയ ഹെൽമർ, ക്രിസ്റ്റൈൻ ലിൻഡെ.

ഹെൽമർ: ഓ, ശരി. എന്റെ ഭാര്യയുടെ സ്കൂൾ സുഹൃത്ത്, എന്നൂഹിക്കുന്നു.

മി.ലിൻഡെ: ശരിയാണ്, സ്കൂളിൽ ഒരുമിച്ചായിരുന്നു ഞങ്ങൾ.

നോറ: ഒന്നാലോചിച്ചുനോക്കൂ ടോർവാൾഡ്, ഇവൾ ഇത്രയേറെ ദൂരം യാത്ര ചെയ്തു വന്നത് താങ്കളെ കണ്ട് ഒരു കാര്യം പറയാനാണ്.

ഹെൽമർ: എന്താണത്?

മി.ലിൻഡെ: അയ്യോ, അതുപിന്നെ... സത്യത്തിൽ അങ്ങനെയല്ല...

നോറ: കാര്യമിതാണ്, ഓഫീസ് ജോലിയിൽ അതി സമർത്ഥയാണ് ക്രിസ്റ്റൈൻ. ഇപ്പോൾ അവൾക്കൊരു ജോലി കൂടിയേ കഴിയൂ. പ്രാപ്തനായൊരു മേലധികാരിയുടെ കീഴിൽത്തന്നെ അതു വേണമെന്നും അങ്ങനെ കൂടുതൽ കൂടുതൽ പഠിക്കണമെന്നും ഇവളാഗ്രഹിക്കുന്നു.

ഹെൽമർ: വളരെ നന്നായി, മിസിസ് ലിൻഡെ.

നോറ: താങ്കൾ ബാങ്കുമാനേജരായി നിയമിക്കപ്പെട്ടതറിഞ്ഞപ്പോൾ - പത്രക്കുറിപ്പുണ്ടായിരുന്നല്ലോ - ഇവൾ ഉടനെ പുറപ്പെട്ടു. പ്ലീസ് ടോർവാൾഡ്! ക്രിസ്റ്റൈനു വേണ്ടി എന്തെങ്കിലും ചെയ്യണം. ചെയ്യില്ലേ? എന്നെയോർത്ത്?

ഹെൽമർ: ശരി, നോക്കാം, അത് അസാദ്ധ്യമൊന്നുമല്ല. നിങ്ങൾ ഒരു വിധവയാണെന്നു തോന്നുന്നു?

മി.ലിൻഡെ: ആണ്.

ഹെൽമർ: ഓഫീസ് ജോലിയിൽ മുൻപരിചയമുണ്ടെന്നല്ലേ പറഞ്ഞത്?

മി.ലിൻഡെ: നല്ല പരിചയമുണ്ട്.

ഹെൽമർ: ശരി, നിങ്ങൾക്കു വേണ്ടി ഒരു ജോലി കണ്ടെത്താൻ എനിക്ക് സാധിക്കും എന്നു തന്നെയാണ്....

നോറ: (ആഹ്ലാദത്തോടെ കൈ കൊട്ടിക്കൊണ്ട്) നീ കണ്ടോ!

ഹെൽമർ: നിങ്ങൾ വന്നത് നല്ല സമയത്താണ്, മിസിസ് ലിൻഡെ...

മി.ലിൻഡെ: ഓ, എങ്ങനെ നന്ദി പറയണമെന്ന്...

ഹെൽമർ: ഹേയ്, അതൊന്നും വേണ്ടാ, (ഓവർക്കോട്ട് ധരിക്കുന്നു) പക്ഷേ, തൽക്കാലം എനിക്കൊന്നു പുറത്തുപോകാനുള്ളതുകൊണ്ട്... ക്ഷമിക്കണം.

ഡോ.റാങ്ക്: നിൽക്കൂ, കൂടെ ഞാനും വരുന്നു.

(അയാൾ ഹാളിലേക്കു പോയി തന്റെ രോമക്കോട്ടുമായി വന്ന് സ്റ്റോവിനടുത്തു ചെന്ന് അത് ചൂടു പിടിപ്പിക്കുന്നു.)

നോറ: വൈകല്ലേ, എന്റെ പ്രിയ ഹെൽമർ.

ഹെൽമർ: കൂടിവന്നാൽ ഒരു മണിക്കൂർ, അത്ര തന്നെ.

നോറ: നീയും പോവുകയാണോ ക്രിസ്റ്റൈൻ?

മി.ലിൻഡെ: (പുറംകുപ്പായവും തൊപ്പിയും ധരിച്ചുകൊണ്ട്) അതെ, പോയിട്ടു വേണമല്ലോ എനിക്കൊരു മുറി കണ്ടെത്താൻ.

ഹെൽമർ: നമുക്കൊരുമിച്ച് റോഡിലൂടെ നടന്നുപോകാമെന്നു വിചാരിക്കുന്നു.

നോറ: (അവളെ സഹായിച്ചുകൊണ്ട്) ഇവിടെ വേണ്ടത്ര സ്ഥലസൗകര്യമില്ലാത്തത് വലിയ കഷ്ടം തന്നെ. അല്ലായിരുന്നെങ്കിൽ നിനക്കിങ്ങനെ പോകേണ്ടിവരില്ലായിരുന്നു...

മി.ലിൻഡെ: ഓ, നീ എന്നെയോർത്ത് വിഷമിക്കാതിരിക്കൂ! ഗുഡ് ബൈ, പ്രിയ നോറാ, എല്ലാറ്റിനും നന്ദി.

നോറ: ഗുഡ് ബൈ, തൽക്കാലത്തേക്കു മാത്രം! പക്ഷേ... എന്തായാലും വൈകുന്നേരം നീ ഇങ്ങു വന്നിരിക്കണം . താങ്കളും വരില്ലേ, ഡോക്ടർ റാങ്ക്? എന്താത്? സാധിച്ചാൽ വരാമെന്നോ? തീർച്ചയായും സാധിക്കും. മഞ്ഞുകൊള്ളാതിരിക്കാൻ നന്നായി പുതച്ചു മൂടൂ.

(അവർ സംസാരിച്ചുകൊണ്ട് ഹാളിലേക്ക് നടക്കുന്നു. താഴെ, കോണിപ്പടിയിൽ നിന്ന് കുട്ടികളുടെ ശബ്ദങ്ങൾ കേൾക്കുന്നു.)

നോറ: ഇതാ, അവരെത്തി! ഇതാ, അവരെത്തി! (മുന്നിലെ വാതിൽക്കലേക്കോടുന്നു. വാതിൽ തുറക്കുന്നു. ആൻ മേരി, കുട്ടികളുടെ ആയ അവരുമായി പ്രവേശിക്കുന്നു.) അകത്തേക്ക് വരൂ ! അകത്തേക്ക് വരൂ! (അവൾ കുനിഞ്ഞ് കുട്ടികളെ ഉമ്മ വെക്കുന്നു.) ഹായ്! എന്റെ പൊന്നോമനകൾ... നീ ഇവരെ ശ്രദ്ധിച്ചോ ക്രിസ്റ്റൈൻ? ഇവർ നിന്റെ ഹൃദയം കവരുന്നില്ലേ!

ഡോ.റാങ്ക്: ഈ ശീതക്കാറ്റിൽ സംസാരിച്ചു നിൽക്കരുത്, മരവിച്ചുപോകും!

ഹെൽമർ: വരണം മിസിസ് ലിൻഡെ, അമ്മമാർക്കല്ലാതെ മറ്റാർക്കും ഈ സ്ഥലം ഇനി സഹിക്കാൻ പറ്റില്ല.

(ഡോക്ടർ റാങ്കും ഹെൽമറും, പിന്നെ മിസിസ് ലിൻഡെയും കോണിപ്പടിയിലൂടെ ഇറങ്ങിപ്പോകുന്നു; ആയ കുട്ടികളുമായി അകത്തേക്ക് വരുന്നു, തുടർന്ന് നോറ വാതിലടക്കുന്നു.)

നോറ: എന്തൊരു പ്രകാശവും ചൈതന്യവുമാണ് നിങ്ങളിൽ തുടിക്കുന്നത്! എന്തു തുടുത്ത കവിൾത്തടങ്ങൾ ! (സംഭാഷണം തുടരുമ്പോൾ കുട്ടികൾ അവൾക്കു ചുറ്റുമായി നിന്ന് പലതും പറയുന്നു) നിങ്ങൾ നന്നായി കളിച്ച് രസിച്ചുവോ? വളരെ നന്നായി. നീ നിന്റെ മഞ്ഞുവണ്ടിയിൽ എമ്മിയേയും ബോബിനേയും കയറ്റിയെന്നോ? ആഹാ! നീ ഇപ്പൊഴേ അതൊക്കെ ചെയ്യുന്നോ! രണ്ടുപേരെയും ഒരുമിച്ച്! അതൊന്നു സങ്കൽപ്പിച്ചുനോക്കൂ! ഇവാർ, നീ മിടുക്കാനാണ്. ഓ ഞാനിവളെ ഒന്നെടുത്തോട്ടെ ആൻമേരീ. ഇതെന്റെ അരുമയായ

പാവക്കുഞ്ഞാണ്! (ഏറ്റവും ഇളയ കുട്ടിയെ ആന്മേരിയുടെ കൈയിൽനിന്നും വാങ്ങി അവൾക്കൊപ്പം നൃത്തം ചെയ്യുന്നു.) ശരി, ശരി, അമ്മ ബോബിന്റെ കൂടെയും നൃത്തം ചെയ്യാം. എന്ത്? നീ മഞ്ഞുകട്ടകൾ വാരിയെറിഞ്ഞെന്നോ? ഓ, ഞാനവിടെ ഉണ്ടായി രുന്നെങ്കിൽ! വേണ്ട, ബുദ്ധിമുട്ടേണ്ട ആൻ മേരീ, ഇവരുടെ ഉടുപ്പുകൾ ഞാൻതന്നെ ഊരിക്കൊള്ളാം. വേണ്ട, ദയവായി എന്നെ അനുവദി ക്കൂ-ഇതൊക്കെ എനിക്ക് വളരെ ഇഷ്ടമാണ്. നിങ്ങൾ അകത്തേക്ക് പോയ്ക്കോളൂ, നിങ്ങളെ കണ്ടാൽ തണുപ്പു ബാധിച്ചപോലെയുണ്ട്. അകത്ത് നിങ്ങൾക്കായി ചൂടുകാപ്പിയുണ്ട്, സ്റ്റോവിന്മേൽ. (ആയ ഇടതുഭാഗത്തെ മുറിയിലേക്ക് പോകുന്നു. നോറ കുട്ടികളുടെ കോട്ടും തൊപ്പിയും ഊരി അങ്ങുമിങ്ങും എറിയുന്നു. അപ്പോഴും കുട്ടികൾ ഒരുമിച്ച് സംസാരിക്കുന്നു) സത്യമാണോ! ഒരു വലിയ നായ നിന്റെ പിന്നാലെ ഓടിയെന്നോ? പക്ഷേ അത് കടിച്ചില്ലല്ലോ. ഇല്ല, എന്റെ പിഞ്ചു പാവക്കുഞ്ഞുങ്ങളെ നായ്ക്കൾ കടിക്കില്ല. ആ പൊതികളൊന്നും തൊടല്ലേ ഇവാർ! എന്തൊക്കെയാണെന്നോ? എല്ലാം നിനക്കറിയണം, അല്ലേ! ഏയ്, പിടിച്ചു വലിക്കല്ലേ, പിടിച്ചു വലിക്കല്ലേ, അത് ചീത്ത സ്വഭാവമാണ്. ഇനിയെന്താ? നമുക്കെന്തെ ങ്കിലും കളിച്ചാലോ? എന്തു കളിക്കും? ഒളിച്ചുകളിയോ? ശരി, നമുക്ക് ഒളിച്ചുകളിക്കാം. ആദ്യം ബോബ് ഒളിക്കട്ടെ. ആദ്യം ഞാനോ? ശരി, ശരി, എന്നാൽ ഞാനൊളിക്കാം.

(അവളും കുട്ടികളും കളിക്കുന്നു, പൊട്ടിച്ചിരിച്ചുകൊണ്ടും ആർത്തു വിളിച്ചുകൊണ്ടും ഈ മുറിയിലും തൊട്ടടുത്ത വലതുഭാഗത്തെ മുറിയിലുമായി. ഒടുവിൽ നോറ മേശയുടെ അടിയിൽ ഒളിക്കുന്നു. കുട്ടികൾ അവളെ കണ്ടെത്താനായി തലങ്ങും വിലങ്ങും ഓടുന്നു, പക്ഷേ അവളെ കണ്ടെത്താൻ കഴിയുന്നില്ല; അവർ അവളുടെ അടക്കിയ പൊട്ടിച്ചിരി കേൾ ക്കുന്നു, മേശയ്ക്കരികിലേക്ക് കുതിക്കുന്നു, മേശവിരി പൊന്തി ച്ചുനോക്കുന്നു, അവളെ കാണുന്നു. ആഹ്ലാദം കൊണ്ടുള്ള ആർപ്പുവിളികൾ. അവൾ പുറത്തേക്കിഴഞ്ഞുവന്ന് അവരെ ഭയപ്പെടുത്തുന്നതായി നടിക്കുന്നു. വീണ്ടും ആർപ്പുവിളി. അതിനിടെ മുൻവാതിൽക്കൽ ആരോ മുട്ടിയിരുന്നുവെങ്കിലും അതാരും കേട്ടില്ല. വാതിൽ പാതി തുറക്കപ്പെടുന്നു. അവിടെ ക്രോഗ്സ്റ്റഡിനെ കാണാം. അയാൾ ഒരല്പനേരം അവിടെ തങ്ങി നിൽക്കുന്നു; കളി തുടരുന്നു.)

ക്രോഗ്സ്റ്റഡ്: ഞാൻ മാപ്പ് ചോദിക്കുന്നു, മിസിസ് ഹെൽമർ...

നോറ: (അടക്കിയ ഒരു നിലവിളിയോടെ ചാടിയെഴുന്നേൽക്കുന്നു) ആഹ്! നിങ്ങൾക്കെന്തു വേണം?

ക്രോഗ്സ്റ്റഡ്: എന്നോട് ക്ഷമിക്കണം. മുന്നിലെ വാതിൽ തുറന്നുകിടക്കുക യായിരുന്നു. ആരോ അടക്കാൻ മറന്നുപോയതായിരിക്കണം.

നോറ: (നിവർന്നു നിന്ന്) എന്റെ ഭർത്താവ് വീട്ടിലില്ല, മിസ്റ്റർ ക്രോഗ്സ്റ്റഡ്.

ക്രോഗ്സ്റ്റഡ്: എനിക്കറിയാം.

നോറ: ഓഹോ.... നിങ്ങൾക്കിവിടെ എന്താണ് കാര്യം?

ക്രോഗ്സ്റ്റഡ്: നിങ്ങളോടെനിക്ക് ഒരു വാക്ക് പറയാനുണ്ട്.

നോറ: എന്നോട്....? (കുട്ടികളോട്, സ്വരം താഴ്ത്തി) മക്കൾ ആൻ മേരിയുടെ അടുത്തേക്ക് ചെല്ലൂ. എന്ത് ഹേയ്, ഇല്ല, ഈ വിചിത്രമനുഷ്യൻ മമ്മയെ ഒന്നും ചെയ്യില്ല. ഇയാൾ പോയിട്ട് നമുക്ക് മറ്റൊരു കളി കളിക്കാം. (കുട്ടികളെ ഇടതുവശത്തെ മുറിയിലേക്ക് പറഞ്ഞയക്കുന്നു. അവർക്കു പിന്നിൽ വാതിലടക്കുന്നു. അസ്ഥസ്ഥതയും പരിഭ്രാന്തിയും) നിങ്ങൾക്കെന്നോട് സംസാരിക്കണം?

ക്രോഗ്സ്റ്റഡ്: അതെ, വേണം.

നോറ: ഇന്നോ? ഒന്നാം തിയ്യതിയല്ലല്ലൊ ഇന്ന്, എന്നിട്ടും...

ക്രോഗ്സ്റ്റഡ്: അല്ല, ഇത് ക്രിസ്മസിന്റെ തലേന്നാൾ. പക്ഷേ ഏതുതരം ക്രിസ്മസാണ് നിങ്ങൾക്കുണ്ടാകാൻ പോകുന്നത്? അത് പൂർണ്ണമായും നിങ്ങളുടെ മനോഭാവത്തെ ആശ്രയിച്ചിരിക്കുന്നു.

നോറ: നിങ്ങൾക്കെന്താണു വേണ്ടത്? ഇന്ന് എന്തായാലും എനിക്കത് സാധിക്കുന്ന മട്ടില്ല.

ക്രോഗ്സ്റ്റഡ്: തൽക്കാലം നമ്മൾ ആ വിഷയം വിടുക. ഇത് മറ്റൊന്നാണ്. ഒരു നിമിഷം എനിക്കു വേണ്ടി മാറ്റിവെക്കാമോ?

നോറ: ശരി, ഒന്നു വേഗം പറഞ്ഞു തീർക്കണം...

ക്രോഗ്സ്റ്റഡ്: നല്ലത്. ഞാൻ ഓൾസെൻസ് കഫേയിൽ ഇരിക്കുകയായിരുന്നു, അപ്പോൾ നിങ്ങളുടെ ഭർത്താവ് താഴത്തെ റോഡിലൂടെ നടന്നുപോകുന്നതു കണ്ടു.

നോറ: നിങ്ങൾ കണ്ടോ?

ക്രോഗ്സ്റ്റഡ്: .... കൂടെ ഒരു സ്ത്രീയുമുണ്ടായിരുന്നു.

നോറ: ഓഹോ?

ക്രോഗ്സ്റ്റഡ്: ഞാൻ ചോദിക്കുന്നതുകൊണ്ട് വിരോധം തോന്നരുത്, ആ സ്ത്രീ ഒരു മിസിസ് ലിൻഡെ ആയിരിക്കുമോ?

നോറ: ആണ്.

ക്രോഗ്സ്റ്റഡ്: അവർ ഇവിടെ എത്തിയതേ ഉള്ളൂ?

നോറ: അതെ, ഇന്ന്.

ക്രോഗ്സ്റ്റഡ്: അവർ നിങ്ങളുടെ അടുത്ത സ്നേഹിതയാണല്ലോ?

നോറ: അതെ, ആണ്. പക്ഷേ എനിക്ക് മനസ്സിലാവുന്നില്ല...

ക്രോഗ്സ്റ്റഡ്: ഒരു കാലത്ത് എനിക്കും അവളെ പരിചയമുണ്ടായിരുന്നു.

നോറ: എനിക്കറിയാം.

ക്രോഗ്സ്റ്റഡ്: ഓഹോ? അപ്പോൾ നിങ്ങൾക്കെല്ലാമറിയാം. അത്രത്തോളം ഞാനും ചിന്തിച്ചു. ശരി, ഇനി വളച്ചുകെട്ടില്ലാതെ ചോദിക്കാം: മിസിസ് ലിൻഡേയ്ക്ക് ബാങ്കിൽ ഒരു ജോലി തരപ്പെടാൻ പോകുന്നുണ്ടോ?

നോറ: ഈ വിധം എന്നെ വിസ്തരിക്കാൻ നിങ്ങൾ എങ്ങനെ ധൈര്യപ്പെടുന്നു, മിസ്റ്റർ ക്രോഗ്സ്റ്റഡ്? നിങ്ങൾ എന്റെ ഭർത്താവിന്റെ കീഴുദ്യോഗസ്ഥനായിട്ടും? എങ്കിലും നിങ്ങൾ ചോദിച്ച സ്ഥിതിക്ക് പറയാം, അതെ, മിസിസ് ലിൻഡേയ്ക്ക് ജോലി കിട്ടിയിരിക്കുന്നു. എന്നു മാത്രമല്ല, ഞാനാണവൾക്ക് ജോലി വാങ്ങിക്കൊടുത്തതും.

ഇപ്പോൾ മനസ്സിലായല്ലോ.

ക്രോഗ്സ്റ്റഡ്: അപ്പോൾ എന്റെ ഊഹം ശരിയായിരുന്നു.

നോറ: (മുന്നിലേക്കും പിന്നിലേക്കും നടന്നുകൊണ്ട്) നിങ്ങൾ മനസ്സിലാക്കേണ്ടതെന്താണെന്നോ, ഞങ്ങളിൽ ചിലർക്ക് ചിലപ്പോഴൊക്കെ ഇത്തിരി സ്വാധീനമുണ്ടായെന്നു വരും. ഒരു സ്ത്രീയായിപ്പോയി എന്നതുകൊണ്ടു മാത്രം... താഴേക്കിടയിലുള്ളവർ അത്തരം ആളുകളോട് പെരുമാറുമ്പോൾ അവരുടെ വികാരങ്ങളെ വ്രണപ്പെടുത്താതിരിക്കാൻ ശ്രദ്ധിക്കേണ്ടത്... അവർ ആരായിരുന്നാലും.... ഉം....

ക്രോഗ്സ്റ്റഡ്: .... സ്വാധീനമുള്ളവരോട് പെരുമാറുമ്പോൾ?

നോറ: അതു തന്നെ.

ക്രോഗ്സ്റ്റഡ്: (സ്വരം മാറ്റി) മിസിസ് ഹെൽമർ, ആ സ്വാധീനം ഈയുള്ളവനു വേണ്ടി ഒന്നു വിനിയോഗിക്കാനുള്ള സന്മനസ്സ് സദയം കാണിക്കുമോ?

നോറ: എന്ത്? എന്താണ് നിങ്ങളുദ്ദേശിക്കുന്നത്?

ക്രോഗ്സ്റ്റഡ്: ബാങ്കിൽ എനിക്കുള്ള എളിയ ജോലി സംരക്ഷിക്കാൻ കാരുണ്യപൂർവ്വം എന്നെയൊന്നു സഹായിച്ചുകൂടെ നിങ്ങൾക്ക്?

നോറ: നിങ്ങൾ എന്താണീ പറയുന്നത്? നിങ്ങളുടെ ജോലി ഇല്ലാതാക്കാൻ ആരാഗ്രഹിക്കുന്നു?

ക്രോഗ്സ്റ്റഡ്: ഓ, എന്റെ മുന്നിൽ ഒന്നും അറിയില്ലെന്നു നടിക്കാൻ ശ്രമിക്കല്ലേ. എനിക്ക് നന്നായറിയാം, എനിക്കൊരാഘാതമുണ്ടാക്കുന്നതിൽ നിങ്ങളുടെ ഈ കൂട്ടുകാരിക്ക് യാതൊരു മനഃസ്താപവും ഉണ്ടാവുകയില്ലെന്ന്. എനിക്കിപ്പോൾ നല്ലപോലെ മനസ്സിലാവുന്നുണ്ട്, ഈ പാതകത്തിന്റെ പേരിൽ ആരോടാണ് ഞാൻ നന്ദി പറയേണ്ടതെന്നും.

നോറ: പക്ഷേ ഞാൻ ഉറപ്പിച്ചു പറയുന്നു...

ക്രോഗ്സ്റ്റഡ്: ഒക്കെ ശരി, സമ്മതിച്ചു. പക്ഷേ കാര്യത്തിലേക്കു വരാം. ഇനിയും സമയമുണ്ട്. എനിക്കെതിരായ നീക്കത്തിന് തടയിടാൻ നിങ്ങളുടെ സ്വാധീനം ഉപയോഗിച്ചേ പറ്റൂ എന്നു ഞാൻ ഉപദേശിച്ചുകൊള്ളട്ടെ.

നോറ: പക്ഷേ, മിസ്റ്റർ ക്രോഗ്സ്റ്റഡ്, എനിക്ക് യാതൊരു സ്വാധീനവും ഇല്ലതന്നെ.

ക്രോഗ്സ്റ്റഡ്: നിങ്ങൾക്കില്ലെന്നോ? ഒരല്പം മുമ്പ് നിങ്ങൾ തന്നെയല്ലേ അവകാശപ്പെട്ടത്...

നോറ: ഞാൻ പറഞ്ഞത് ആ അർത്ഥത്തിലല്ല, തീർച്ച. എനിക്കോ? അത്തരമൊരു സ്വാധീനം എനിക്ക് എന്റെ ഭർത്താവിന്റെ മേലുണ്ടെന്ന് നിങ്ങൾക്കു തോന്നാൻ എന്താണ് കാരണം?

ക്രോഗ്സ്റ്റഡ്: സ്കൂളിൽ പഠിക്കുമ്പൊഴേ എനിക്കറിയാം നിങ്ങളുടെ ഭർത്താവിനെ. വിവാഹിതരായ മറ്റു പുരുഷന്മാരേക്കാൾ ദൃഢചിത്തനാണ് ഈ മനുഷ്യൻ എന്നൊന്നും ഞാൻ കരുതുന്നില്ല.

നോറ: എന്റെ ഭർത്താവിനെക്കുറിച്ച് ഇനിയും അനാദരവോടെയാണ് സംസാരിക്കാൻ ഭാവമെങ്കിൽ നിങ്ങളെ എനിക്കിപ്പോൾ പുറത്താക്കേണ്ടിവരും.

ക്രോഗ്സ്റ്റഡ്: അപ്പോൾ നിങ്ങൾക്ക് ധൈര്യമുണ്ട്.

നോറ: ഇനിയും നിങ്ങൾക്കെന്നെ ഭയപ്പെടുത്താമെന്ന കരുതേണ്ട. ക്രിസ്മസ് കഴിയുന്നതോടെ മുഴുവൻ ഇടപാടും ഞാൻ തീർത്തിരിക്കും.

ക്രോഗ്സ്റ്റഡ്: (സ്വയം നിയന്ത്രിച്ച്) ഇതു ശ്രദ്ധിക്കു മിസിസ് ഹെൽമർ, വേണ്ടിവന്നാൽ ബാങ്കിലുള്ള എന്റെ ജോലിക്കു വേണ്ടി എന്റെ ജീവനു വേണ്ടി എന്നപോലെ ഞാൻ യുദ്ധം ചെയ്യും.

നോറ: അത് വേണ്ടിവന്നേക്കും.

ക്രോഗ്സ്റ്റഡ്: ഇത് പണത്തിനു വേണ്ടി മാത്രമല്ല, അതൊരു നിസ്സാര സംഗതിയായിട്ടേ ഞാൻ പരിഗണിക്കുന്നുള്ളൂ. അതിലുപരിയായ മറ്റൊന്നുണ്ട്... ആകട്ടെ, ഞാനത് തുറന്നുപറയാം, അതാണ് നല്ലത്. അപ്പോൾ നിങ്ങൾക്ക് ബോധ്യപ്പെടും. പലർക്കുമെന്നപോലെ നിങ്ങൾക്കുമറിയാം, ഏതാനും വർഷങ്ങൾക്കു മുമ്പ് ഞാൻ കുറ്റകരമായ ഒരബദ്ധത്തിൽ ചെന്നുചാടി.

നോറ: അങ്ങനെ എന്തോ ഞാനും കേട്ടതായി തോന്നുന്നു.

ക്രോഗ്സ്റ്റഡ്: അത് ഒരിക്കലും കോടതിയിലെത്തിയില്ല. പക്ഷേ ഒട്ടും വൈകാതെ എന്റെ ജീവിതമാർഗ്ഗങ്ങളെല്ലാം എന്റെ നേർക്ക് കൊട്ടിയടക്കപ്പെട്ടതു പോലെയായി. അതുകൊണ്ട് ഇപ്പോൾ നിങ്ങൾക്കറിയാവുന്നതുപോലുള്ള അമാന്യമായ വ്യാപാരത്തിൽ എനിക്കേർപ്പെടേണ്ടിവന്നു. എങ്ങനേയും എനിക്ക് പിടിച്ചുനിൽക്കേണ്ടിയിരുന്നു. ആ മേഖലയിലെ ഏറ്റവും മോശപ്പെട്ടവരുടെ കൂട്ടത്തിലൊന്നുമല്ല ഞാൻ എന്നെനിക്കുറപ്പുണ്ട്. എങ്കിലും ഇപ്പോഴെനിക്ക് അതിൽനിന്നും ഒരു മോചനം കൂടിയേ കഴിയൂ. എന്റെ ആൺമക്കൾ വളർന്നു വരികയാണ്. അവരുടെ നല്ല ഭാവിക്കു വേണ്ടി നഷ്ടപ്പെട്ടുപോയ എന്റെ സാമൂഹ്യമാന്യത വീണ്ടെടുക്കാൻ ശ്രമിക്കേണ്ടതുണ്ട്. ബാങ്കിലെ ഈ ജോലി അതിലേക്കുള്ള ഏണിയുടെ ആദ്യത്തെ ചവിട്ടുപടിയായിരുന്നു, എനിക്ക്. എന്നാൽ ഇപ്പോൾ നിങ്ങളുടെ ഭർത്താവിന് എന്നെ ചവുട്ടി താഴെത്തള്ളണം, ചളിയിലേക്കുതന്നെ.

നോറ: പക്ഷേ, ദൈവത്തെ ആണയിട്ട് ഞാൻ പറയട്ടെ മിസ്റ്റർ ക്രോഗ്സ്റ്റഡ്, എന്റെ കഴിവിനുമപ്പുറത്താണ് നിങ്ങളെ സഹായിക്കാനുള്ള...

ക്രോഗ്സ്റ്റഡ്: അതിനു കാരണം എന്നെ സഹായിക്കാൻ നിങ്ങൾക്കു മനസ്സില്ല എന്നതാണ്. എന്നാൽ അതുണ്ടാക്കാനുള്ള വഴികൾ എനിക്കറിയാം.

നോറ: ഞാൻ നിങ്ങൾക്ക് കടക്കാരിയാണെന്ന് എന്റെ ഭർത്താവിനോട് പോയിപറഞ്ഞുകൊണ്ടല്ലല്ലോ?

ക്രോഗ്സ്റ്റഡ്: ഞാൻ പറഞ്ഞെന്നു വിചാരിക്കുക. അപ്പഴോ?

നോറ: അതൊരു നാണം കെട്ട നീക്കമായിരിക്കും. (വിതുമ്പലടക്കിക്കൊണ്ട്) എന്റെ മുഴുവൻ ആനന്ദത്തിന്റേയും അഭിമാനത്തിന്റേയും രഹസ്യം-അത് എന്തിനദ്ദേഹം ഈ വൃത്തികെട്ട, അറപ്പിക്കുന്ന രീതിയിലറിയണം... അതും നിങ്ങളിൽ നിന്നറിയുക! നിങ്ങൾ എന്റെ ജീവിതത്തിലാകെ അസ്വസ്ഥത നിറക്കുകയായിരിക്കും....

ക്രോഗ്സ്റ്റഡ്: വെറും അസ്വസ്ഥതയോ?

നോറ: (ഉഗ്രമായി) എന്നാലതു നടക്കട്ടെ, അങ്ങനെ ചെയ്യ്! അത് നിങ്ങൾക്കായിരിക്കും കൂടുതൽ നാശമുണ്ടാക്കുക. കാരണം, അപ്പോൾ എന്റെ ഭർത്താവ് നേരിട്ടറിയും എന്തൊരു നീചനാണ് നിങ്ങളെന്ന്. അതോടെ നിങ്ങൾക്ക് ആ ജോലി വലിച്ചെറിഞ്ഞ് പോകേണ്ടിവരും.

ക്രോഗ്സ്റ്റഡ്: ഞാൻ ചോദിച്ചത് നിങ്ങൾ ഭയപ്പെടുമ്പോലെ അത് കുടുംബജീവിതത്തിലെ വെറുമൊരസ്വസ്ഥതയായി മാത്രം ചുരുങ്ങുമോ എന്നാണ്.

നോറ: അതിനെക്കുറിച്ച് എന്റെ ഭർത്താവ് അറിയാനിട വന്നാൽ, ആ നിമിഷം അദ്ദേഹം തന്നെ തരാനുള്ളതെല്ലാം തന്ന് നിങ്ങളുമായുള്ള ഇടപാട് പാടേ അവസാനിപ്പിക്കും. അതോടെ നിങ്ങൾക്കു വേണ്ടി കൂടുതലെന്തെങ്കിലും ചെയ്യാനുള്ള ബാദ്ധ്യതയും ഞങ്ങളെ സംബന്ധിച്ച് ഇല്ലാതായിരിക്കും.

ക്രോഗ്സ്റ്റഡ്: (അവൾക്കു നേരെ ഒരു ചുവടു വെച്ച്) ശ്രദ്ധിക്കൂ മിസിസ് ഹെൽമർ, ഒന്നുകിൽ നിങ്ങളുടെ ഓർമ്മശക്തിക്ക് എന്തോ തകരാറുണ്ട്. അല്ലെങ്കിൽ പണമിടപാടിനെക്കുറിച്ച് നിങ്ങൾക്ക് അധികമൊന്നുമറിയില്ല. കാര്യത്തിന്റെ കിടപ്പ് കുറച്ചൊന്നു വ്യക്തമാക്കുന്നതായിരിക്കും നല്ലത്.

നോറ: എന്താണ് നിങ്ങൾ പറഞ്ഞുവരുന്നത്?

ക്രോഗ്സ്റ്റഡ്: നിങ്ങളുടെ ഭർത്താവിന് രോഗം പിടിപെട്ടപ്പോൾ രണ്ടായിരം ഡോളർ കടം ചോദിച്ച് നിങ്ങൾ എന്നെ സമീപിച്ചു.

നോറ: അതിനു പറ്റിയ മറ്റൊരാളെയും എനിക്കറിയില്ലായിരുന്നു.

കോഗ്സ്റ്റഡ്: ഞാനത് തരാമെന്നേറ്റു.

നോറ: നിങ്ങളത് തന്നല്ലോ.

ക്രോഗ്സ്റ്റഡ്: ഞാൻ വാഗ്ദാനം ചെയ്തത് ചില വ്യവസ്ഥകൾക്കു വിധേയമായി പണം തരാം എന്നായിരുന്നു. ആ സമയത്ത് നിങ്ങൾ നിങ്ങളുടെ ഭർത്താവിന്റെ അസുഖത്തെക്കുറിച്ച് ഏറെ വ്യാകുലപ്പെട്ടതിനാലും പണം എത്രയും വേഗം കൈപ്പറ്റാനുള്ള വ്യഗ്രതയാലും വ്യവസ്ഥകളുടെ വിശദാംശങ്ങളിൽ നിങ്ങൾ വേണ്ടത്ര ശ്രദ്ധ കാണിച്ചതായി എനിക്ക് തോന്നുന്നില്ല. അതിനെക്കുറിച്ചെല്ലാം നിങ്ങളെ ഓർമ്മിപ്പിക്കാൻ തക്കതായ കാര്യമുണ്ടെന്ന് വിചാരിക്കുക. ശരി, ഞാൻ തയ്യാറാക്കിയ ഒരു കരാർ രേഖയുടെ അടിസ്ഥാനത്തിലാണല്ലോ നിങ്ങൾക്ക് പണം തരാമെന്ന വാഗ്ദാനമുണ്ടായത്.

നോറ: അതെ, അതിലാണ് ഞാൻ ഒപ്പിട്ടത്.

ക്രോഗ്സ്റ്റഡ്: വളരെ നല്ലത്. പക്ഷേ അതിനു താഴെ ഞാൻ ഏതാനും വരികൾ എഴുതിച്ചേർത്തിരുന്നു. അതു പ്രകാരം നിങ്ങളുടെ അച്ഛനായിരുന്നു ജാമ്യക്കാരൻ. അവിടെ നിങ്ങളുടെ അച്ഛന്റെ ഒപ്പം വേണ്ടിയിരുന്നു.

നോറ: വേണ്ടിയിരുന്നോ...? അദ്ദേഹം ഒപ്പിട്ടിരുന്നല്ലോ.

ക്രോഗ്സ്റ്റഡ്: തിയ്യതി ഞാൻ എഴുതാതെ വിട്ടിരുന്നു. കാര്യമെന്തെന്നാൽ,

നിങ്ങളുടെ അച്ഛൻ ഒപ്പിടുമ്പോൾ അദ്ദേഹംതന്നെ തീയ്യതിയും എഴുതിച്ചേർക്കണം എന്നുള്ളതുകൊണ്ട്. ഓർക്കുന്നോ?

നോറ: അതെ, ഞാനോർക്കുന്നു...

ക്രോഗ്സ്റ്റഡ്: എന്നിട്ട്, ആ കരാർരേഖ നിങ്ങളുടെ അച്ഛന് അയച്ചുകൊടുക്കാനായി ഞാൻ നിങ്ങളെ ഏല്പിച്ചു. എന്താ, അങ്ങനെയായിരുന്നില്ലേ?

നോറ: ആയിരുന്നു.

ക്രോഗ്സ്റ്റഡ്: നിങ്ങൾ അത് ഉടനെ അയക്കുകയും ചെയ്തു, ഉറപ്പ്. കാരണം അഞ്ചോ ആറോ ദിവസം കഴിഞ്ഞപ്പോൾത്തന്നെ നിങ്ങളത് അച്ഛന്റെ ഒപ്പോടുകൂടി എനിക്ക് തിരികെത്തന്നു. അപ്പോൾത്തന്നെ ഞാൻ പണവും തന്നു.

നോറ: എന്നിട്ട്? തവണ തെറ്റാതെ ഞാനത് തിരിച്ചടക്കുന്നില്ലേ?

ക്രോഗ്സ്റ്റഡ്: ഉണ്ട്, ഏറക്കുറെ നന്നായിത്തന്നെ. പക്ഷേ... നാം പറഞ്ഞുവന്ന കാര്യത്തിലേക്ക് തിരിച്ചുവന്നാൽ... നിങ്ങൾ ഏറെ പ്രയാസമനുഭവിച്ചിരുന്ന ഒരു കാലയളവായിരുന്നു അത്, മിസിസ് ഹെൽമർ.

നോറ: അതെ, ആയിരുന്നു.

ക്രോഗ്സ്റ്റഡ്: എനിക്ക് തോന്നുന്നു, നിങ്ങളുടെ അച്ഛനും ഗുരുതര നിലയിലായിരുന്നു.

നോറ: അദ്ദേഹം അത്യാസന്ന നിലയിലായിരുന്നു.

ക്രോഗ്സ്റ്റഡ്: പറയൂ മിസിസ് ഹെൽമർ, നിങ്ങൾക്ക് ഓർമ്മിക്കാൻ കഴിയുമോ ഏതു ദിവസമാണ് അദ്ദേഹം മരിച്ചതെന്ന്? ഞാനുദ്ദേശിക്കുന്നത് കൃത്യമായ തിയ്യതി.

നോറ: അച്ഛൻ മരിച്ചത് സപ്റ്റംബർ 29ന്.

ക്രോഗ്സ്റ്റഡ്: കിറുകൃത്യം. ഞാൻ ചില അന്വേഷണങ്ങൾ നടത്തിയിരുന്നു. അതു പക്ഷേ ഒരു വിചിത്ര വസ്തുത വെളിവാക്കുന്നുണ്ട്. (ഒരു കടലാസ് പുറത്തെടുക്കുന്നു) അത് ഒരു വിശദീകരണമാവശ്യപ്പെടുന്നുണ്ട്.

നോറ: വിചിത്ര വസ്തുതയോ...? എനിക്കറിയില്ല...

ക്രോഗ്സ്റ്റഡ്: ആ വിചിത്ര സംഗതി എന്താണെന്നു വെച്ചാൽ, മിസിസ് ഹെൽമർ, നിങ്ങളുടെ അച്ഛൻ ഈ പ്രമാണത്തിൽ ഒപ്പിട്ടിരിക്കുന്നത് മരിച്ച് മൂന്നു ദിവസം കഴിഞ്ഞാണ്.

നോറ: എന്ത്? എനിക്ക് മനസ്സിലാവുന്നില്ല...

ക്രോഗ്സ്റ്റഡ്: നിങ്ങളുടെ അച്ഛൻ മരിച്ചത് സപ്റ്റംബർ 29ന്. എന്നാൽ ഇവിടെ നോക്കു, നിങ്ങളുടെ അച്ഛൻ തിയ്യതി വെച്ച് ഒപ്പിട്ടത് ഒക്ടോബർ 2നും. ഇത് വിചിത്രമല്ലേ മിസിസ് ഹെൽമർ? (നോറ നിശ്ശബ്ദം നിൽക്കുന്നു) വിശേഷപ്പെട്ട മറ്റൊന്നു കൂടിയുണ്ട്. 'ഒക്ടോബർ - 2' എന്നെഴുതിയതും ഇന്ന കൊല്ലം എന്നെഴുതിയതും നിങ്ങളുടെ അച്ഛന്റെ കൈയ്യക്ഷരത്തിലല്ല. മറിച്ച് എനിക്ക് തിരിച്ചറിയാവുന്ന മറ്റൊരാളുടെ കൈയ്യക്ഷരത്തിലാണ്. ആകട്ടെ, അതിനൊരു വിശദീകരണമുണ്ടായേക്കാം. നിങ്ങളുടെ അച്ഛൻ തന്റെ ഒപ്പിനോടൊപ്പം തീയ്യതി കുറിക്കാൻ മറന്നതായിരിക്കാം, മറ്റൊരാൾ മറ്റൊരു തീയ്യതി ഊഹിച്ചെഴുതിയതായിരിക്കാം, നിങ്ങളുടെ അച്ഛൻ മരിച്ചു എന്ന വസ്തുത അറിയുന്നതിനു മുമ്പുതന്നെ.

അതിലൊന്നും യാതൊരപരാധവുമില്ല. മുഖ്യമായ സംഗതി ഈ ഒപ്പാണ്. ഇത് തീർത്തും വ്യാജമല്ല, അല്ലേ മിസിസ് ഹെൽമർ? ഇവിടെ നിങ്ങളുടെ അച്ഛന്റെ പേരെഴുതിയത് സത്യമായും അദ്ദേഹം തന്നെയാണ്, അല്ലേ?

നോറ: (ഒരു നിമിഷത്തെ മൗനത്തിനുശേഷം, അയാളെ വെല്ലുവിളിക്കും മട്ടിൽ ധാർഷ്ട്യത്തോടെ നോക്കിക്കൊണ്ട്) അല്ല, ആയിരുന്നില്ല. അച്ഛന്റെ ഒപ്പിട്ടത് ഞാനാണ്.

ക്രോഗ്സ്റ്റഡ്: ശ്രദ്ധിച്ച് കേൾക്കണം. അപ്പോൾ ഇത് അപകടം പിടിച്ച ഒരു കുറ്റസമ്മതമാണെന്ന് നിങ്ങൾക്കറിയാം?

നോറ: എന്തുകൊണ്ട്? നിങ്ങളുടെ പണം മുഴുവൻ ഉടൻ തന്നെ തിരിച്ചുകിട്ടിയിരിക്കും.

ക്രോഗ്സ്റ്റഡ്: ഞാനൊന്നു ചോദിച്ചോട്ടെ: എന്തുകൊണ്ട് നിങ്ങൾ ആ പ്രമാണം നിങ്ങളുടെ അച്ഛന് അയച്ചു കൊടുത്തില്ല?

നോറ: അത് അസാദ്ധ്യമായിരുന്നു. അച്ഛൻ ആശയറ്റ വിധം കിടപ്പിലായിരുന്നു. അദ്ദേഹത്തിന്റെ ഒപ്പ് ആവശ്യപ്പെട്ടുകയാണെങ്കിൽ പണം എന്തിനു വേണ്ടിയാണെന്ന് വിശദീകരിക്കേണ്ടിവരുമായിരുന്നു. നിങ്ങൾക്കത് ഉൾക്കൊള്ളാനാവുന്നില്ലേ? അദ്ദേഹം ഗുരുതര നിലയിൽ കിടക്കുമ്പോൾ ഞാൻ എങ്ങനെ പറയും എന്റെ ഭർത്താവിന്റെ ജീവൻ അപകടത്തിലാണെന്ന്. അത് തീർത്തും അസാദ്ധ്യമായിരുന്നു.

ക്രോഗ്സ്റ്റഡ്: തമ്മിൽ ഭേദം നിങ്ങളുടെ വിദേശയാത്ര ഒഴിവാക്കുന്നതായിരുന്നു.

നോറ: ഇല്ല, അത് അസാദ്ധ്യമായിരുന്നു. എന്റെ ഭർത്താവിന്റെ ജീവൻ രക്ഷിക്കാനുള്ള മാർഗ്ഗം അതായിരുന്നു. അതൊഴിവാക്കാൻ എനിക്ക് കഴിയുമായിരുന്നില്ല.

ക്രോഗ്സ്റ്റഡ്: എന്നാൽ ഈ കൃത്രിമം കുറ്റകരമാണെന്ന് ഒരിക്കലും നിങ്ങൾക്ക് തോന്നിയിരുന്നില്ലേ?

നോറ: എന്നെ സംബന്ധിച്ച് അതിന് യാതൊരു പ്രാധാന്യവുമില്ല. നിങ്ങളെക്കുറിച്ച് ഞാനെന്തിനു വേവലാതിപ്പെടണം? നിങ്ങളെ എനിക്ക് സഹിക്കാൻ കഴിയുമായിരുന്നില്ല- എന്റെ ഭർത്താവ് ആപൽക്കരമായൊരവസ്ഥയിലാണെന്നറിഞ്ഞിട്ടും ഹൃദയശൂന്യമായ ഓരോ നടപടിക്രമങ്ങളിലൂടെ എന്നെ വലിച്ചിഴച്ച നിങ്ങളെ.

ക്രോഗ്സ്റ്റഡ്: മിസിസ് ഹെൽമർ, നിങ്ങൾ ചെയ്ത കുറ്റത്തിന്റെ ഗൗരവസ്വഭാവത്തെക്കുറിച്ച് അവ്യക്തമായൊരു ധാരണപോലും ഇപ്പോഴും നിങ്ങൾക്കില്ലെന്നു വ്യക്തം. എങ്കിലും ഞാൻ പറയട്ടെ, മുമ്പ് ഞാൻ ചെയ്ത കുറ്റം ഇതിനേക്കാൾ വലുതോ ഇതിനേക്കാൾ ഗുരുതരമോ ആയിരുന്നില്ല. എന്നിട്ടും അത് എന്റെ മുഴുവൻ സൽപ്പേരും തകർത്തുകളഞ്ഞു.

നോറ: നിങ്ങൾ ചെയ്തതോ? നിങ്ങളുടെ ഭാര്യയുടെ ജീവൻ രക്ഷിക്കാനാണ് നിങ്ങൾ ആ സാഹസം കാണിച്ചതെന്ന് എന്നെ ധരിപ്പിക്കാൻ ശ്രമിക്കുകയാണോ നിങ്ങൾ?

ക്രോഗ്സ്റ്റഡ്: നിയമം ഉദ്ദേശ്യങ്ങളെ പരിഗണിക്കാറില്ല.

നോറ: എങ്കിൽ അത്തരം നിയമങ്ങൾ വളരെ ദുഷിച്ചവയാണ്.

ക്രോഗ്സ്റ്റഡ്: അതെന്തായാലും, ഈ പ്രമാണം ഞാൻ കോടതിയിലെത്തിക്കുകയാണെങ്കിൽ അതനുസരിച്ച് നിങ്ങൾ ശിക്ഷിക്കപ്പെടും.

നോറ: അതു ഞാൻ വിശ്വസിക്കുന്നില്ല. മരണശയ്യയിൽ കിടക്കുന്ന ഒരച്ഛനെ ഉൽക്കണ്ഠയിൽനിന്നും മനഃക്ലേശത്തിൽനിന്നും രക്ഷിക്കാൻ ഒരു മകൾക്ക് ബാദ്ധ്യതയില്ലേ? ഭർത്താവിന്റെ ജീവൻ രക്ഷിക്കേണ്ടത് ഭാര്യയുടെ കടമയല്ലേ? ഈ നിയമത്തെക്കുറിച്ച് എനിക്ക് വളരെയൊന്നും അറിയില്ലായിരിക്കാം. എങ്കിലും ഒരു തീർച്ചയുണ്ട്: ഈ നിയമം എവിടെയെങ്കിലും പരാമർശിക്കുന്നുണ്ടാവണം, ഇത്തരം സംഗതികൾ അനുവദനീയമാണെന്ന്. നിങ്ങൾ പറഞ്ഞുവരുന്നത് അത് നിങ്ങൾക്കറിയില്ലെന്നാണ് - നിങ്ങൾ, അത് നിങ്ങളുടെ തൊഴിലായിരുന്നിട്ടും? എങ്കിൽ നിങ്ങളൊരു അധഃപതിച്ച വക്കീലായിരിക്കണം, മിസ്റ്റർ ക്രോഗ്സ്റ്റഡ്.

ക്രോഗ്സ്റ്റഡ്: അങ്ങനെയായിരിക്കാം. എങ്കിലും വ്യാപാരം സംബന്ധിച്ച വ്യവഹാരത്തിലേക്ക് വരുമ്പോൾ- നാം തമ്മിലുണ്ടാക്കിയ കരാർ പോലുള്ളതിൽ- ഒരുപക്ഷേ അവയെക്കുറിച്ച് എനിക്ക് ചിലതൊക്കെ അറിയാമെന്ന് നിങ്ങൾക്ക് സമ്മതിക്കേണ്ടിവന്നാലോ? നല്ലത്. ഇനി നിങ്ങളുടെ ഇഷ്ടം പോലെ. എങ്കിലും ഞാൻ ഒന്നു പറഞ്ഞേക്കാം: ബാങ്കിൽ ഇനി ഒരിക്കൽക്കൂടി എനിക്കെതിരെ നീക്കമുണ്ടായാൽ, എന്റെ വിധിയായിരിക്കും നിങ്ങൾക്ക്.
(അയാൾ തല കുനിച്ച ശേഷം ഹാളിലൂടെ പുറത്തേക്ക് പോകുന്നു)

നോറ: (ഒരു നിമിഷം ചിന്താധീനയായി നിൽക്കുന്നു, പിന്നെ തലകുലുക്കുന്നു) അയാൾ എന്നെയൊന്നു വിരട്ടാൻ നോക്കിയതാണ്. അതിനു മാത്രം ഞാനൊരു മണ്ടിയല്ല. (കുട്ടികളുടെ ഉടുപ്പുകൾ പെറുക്കിക്കൂട്ടുന്നു, പെട്ടെന്നു നിർത്തുന്നു.) എന്നാലും...? ഇല്ല, അങ്ങനെ സംഭവിക്കില്ല! സ്നേഹത്തിന്റെ പേരിലാണ് ഞാനതു ചെയ്തത്, പിന്നെന്താ?

കുട്ടികൾ: (ഇടത്തേ മുറിയുടെ വാതിൽക്കൽ) മമ്മാ,ആ മാന്യൻ ഗെയ്റ്റു കടന്ന് പുറത്തേക്ക് പോയി.

നോറ: അതെ, പോയി. ആ മാന്യനെക്കുറിച്ച് മക്കൾ ആരോടും ഒന്നും പറഞ്ഞേക്കല്ലേ. കേൾക്കുന്നുണ്ടോ നിങ്ങൾ? പപ്പയോടു പോലും!

കുട്ടികൾ: ശരി,ശരി, മമ്മാ, നമുക്കിനിയും കളിച്ചൂടേ?

നോറ: വേണ്ട, ഇപ്പോൾ വേണ്ട.

കുട്ടികൾ: പക്ഷേ മമ്മാ, മമ്മ നേരത്തേ പറഞ്ഞല്ലൊ!

നോറ: പറഞ്ഞു, പക്ഷേ ഇപ്പോൾ പറ്റില്ല. മക്കൾ മറ്റേ മുറിയിൽ പോയി കളിച്ചോളൂ. മമ്മയ്ക്ക് കുറേ ജോലിയുണ്ട് ചെയ്യാൻ. എന്റെ ഓമനകൾ പോയ്ക്കോളൂ. (അവൾ കുട്ടികളെ തൊട്ടടുത്ത മുറിയിലേക്ക് ശ്രദ്ധാപൂർവ്വം കൂട്ടിക്കൊണ്ടുപോയി, അവർക്കു പിന്നിൽ വാതിലടയ്ക്കുന്നു. എംബ്രോയ്ഡറി കൈയ്യിലെടുത്ത് പണി തുടങ്ങുന്നു, പക്ഷേ പെട്ടെന്ന് നിർത്തുന്നു.) ഇല്ല! (കൈയ്യിലെ സാമഗ്രികൾ വലിച്ചെറിയുന്നു. എഴുന്നേൽക്കുന്നു. ഹാൾവാതിലിന്റെ അടുത്തേക്ക് പോയി വിളിക്കുന്നു.)

ഹെലൻ! ദയവായി ആ ക്രിസ്മസ്മരം ഇങ്ങോട്ട് കൊണ്ടുവരൂ. *(ഇടതുവശത്തെ മേശയ്ക്കു നേരെ നടക്കുന്നു. വലിപ്പ് തുറക്കുന്നു. വീണ്ടും നിശ്ചലയാകുന്നു)* ഇല്ല, വാസ്തവത്തിൽ, അത് *തീർത്തും അസംഭവ്യമാണ്.*

പരിചാരിക: (ക്രിസ്മസ് മരവുമായി പ്രവേശിച്ച്) ഇത് എവിടെ വെക്കണം കുഞ്ഞേ?

നോറ: അവിടെ, മുറിയുടെ മദ്ധ്യത്തിൽ.

പരിചാരിക: മറ്റെന്തെങ്കിലും കൊണ്ടുവരണോ?

നോറ: വേണ്ട, നന്ദി. ഇനി വേണ്ടതെല്ലാം ഇവിടെയുണ്ട്.

(പരിചാരിക മരം താഴെ വെച്ച് പുറത്തേക്ക് പോകുന്നു.)

നോറ: (ധൃതിയിൽ മരം അലങ്കരിച്ചുകൊണ്ട്) മെഴുകുതിരികൾ ഇവിടെ... പൂക്കൾ ഇവിടെ - നശിച്ച മനുഷ്യൻ! എല്ലാം നിരർത്ഥകം! ഭയപ്പെടാൻ യാതൊന്നുമില്ല. ഈ ക്രിസ്മസ്മരം നന്നായി അലങ്കരിക്കണം. ടോർവാൾഡ്, താങ്കൾ ആഗ്രഹിക്കുന്നതെന്തും ഞാൻ ചെയ്യും; താങ്കൾക്കു വേണ്ടി ഞാൻ പാടും, താങ്കൾക്കു വേണ്ടി ഞാൻ നൃത്തം....

(ഹെൽമർ, കൈയിൽ ഒരു കെട്ട് കടലാസുകളുമായി ഹാൾ വാതിലിലൂടെ പ്രവേശിക്കുന്നു.)

നോറ: ഹായ്, വേഗം തിരിച്ചെത്തിയല്ലോ?

ഹെൽമർ: അതെ. ഇവിടെ ആരെങ്കിലും വന്നോ?

നോറ: ഇവിടെയോ? ഇല്ല.

ഹെൽമർ: അതൊരു തമാശ തന്നെ. ക്രോഗ്സ്റ്റഡ് ഇറങ്ങിപ്പോകുന്നതു ഞാൻ ഇപ്പോൾ കണ്ടു.

നോറ: ഓഹോ? ഓ, അതെ, അതു ശരിയാണ്. ക്രോഗ്സ്റ്റഡ് ഒരു നിമിഷം ഇവിടെ ഉണ്ടായിരുന്നു.

ഹെൽമർ: നോറാ, നിന്റെ മുഖം കണ്ടാലറിയാം,തന്നെക്കുറിച്ചൊരു നല്ല വാക്ക് പറയാൻ അയാൾ നിന്നോടപേക്ഷിച്ചു, അല്ലേ?

നോറ: അതെ.

ഹെൽമർ: എന്നിട്ട്, അതു നീ സ്വമേധയാ പറഞ്ഞതാണെന്നു വരുത്തണം? അതിന് അയാളിവിടെ വന്ന കാര്യം നീ മിണ്ടാൻ പാടില്ല. ഇതിനൊക്കെ യാചിക്കാനല്ലേ അയാൾ നിന്നെ വന്നു കണ്ടത്?

നോറ: അതെ ടോർവാൾഡ്, എങ്കിലും....

ഹെൽമർ: നോറാ, നോറാ, ഇങ്ങനെയൊന്നു ചെയ്യാൻ മാത്രം നിന്നെ എന്താണു ബാധിച്ചത് ? അയാളെപ്പോലൊരു വ്യക്തിയുമായി സംസാരിക്കുക, അരുതാത്ത വാഗ്ദാനങ്ങൾ നൽകുക? എല്ലാത്തിലുമുപരി എന്നോടൊരു കള്ളം പറയുക?

നോറ: ഒരു കള്ളം...?

ഹെൽമർ: നീ പറഞ്ഞില്ലേ, ഇവിടെ ആരും വന്നില്ലെന്ന്? (അവളുടെ നേർക്ക് വിരൽ ചലിപ്പിച്ചുകൊണ്ട്) ഇനിയൊരിക്കലും എന്റെ കുഞ്ഞു വാനമ്പാടി ഇത്തരമൊരു കൃത്യം ചെയ്യരുത്! കുഞ്ഞു ഗാനകോകിലങ്ങൾ അവരുടെ ചേതോഹരമായ ചെറിയ കൊക്കുകൾ ദുരുപയോഗം ചെയ്യരുത്; അപസ്വരങ്ങൾ പാടില്ല! (അവളുടെ

അരക്കെട്ടിൽ കൈ ചുറ്റി) നമ്മുടെ വഴികൾ എല്ലായ്പ്പോഴും നേരെയായിരിക്കണ്ടേ? അതെ, ആയേ പറ്റൂ, നിശ്ചയമായും. (പിടി വിട്ടുകൊണ്ട്) ആയതിനാൽ, അതേപ്പറ്റി ഇനിയൊന്നും പറയേണ്ട (സ്റ്റോവിനടുത്ത് ഇരിക്കുന്നു) ആഹാ, എന്തൊരു സുഖവും സമാധാനവുമാണിവിടെ!

(അയാൾ തന്റെ കൈയിലുള്ള കടലാസുകൾ മറിച്ചുനോക്കുന്നു.)

നോറ: (തിടുക്കത്തിൽ ക്രിസ്മസ്മരം അലങ്കരിച്ചുകൊണ്ട്) ടോർവാൾഡ്!

ഹെൽമർ: ഉം?

നോറ: നാളെ സ്റ്റെൻബർഗ് ഭവനത്തിൽ വെച്ച് നടക്കാൻ പോകുന്ന പ്രച്ഛന്നവേഷ നൃത്തത്തെ വലിയ പ്രതീക്ഷയോടെയാണ് ഞാൻ കാണുന്നത്.

ഹെൽമർ: ഏതുതരം വിസ്മയമാണ് നീ എനിക്കു വേണ്ടി കരുതിവെച്ചിരിക്കുന്നത്? അതറിയാൻ എനിക്ക് അതിയായ ആകാംക്ഷയുണ്ട്, കേട്ടോ.

നോറ: ഓ, അതിനു മാത്രം ഒന്നുമില്ല.

ഹെൽമർ: ഓഹോ?

നോറ: അനുയോജ്യമായ ഒരു വേഷം തിരഞ്ഞെടുക്കാൻപോലും എനിക്ക് കഴിയുന്നില്ല. ഓരോന്നും അന്തസ്സാരശൂന്യവും അസംബന്ധവുമായി തോന്നുന്നു.

ഹെൽമർ: എന്റെ കുഞ്ഞുനോറ അങ്ങനെയൊരു പതനത്തിലെത്തിയോ?

നോറ: (അയാളുടെ കസേരയ്ക്കു പിന്നിൽ, കസേരച്ചാരിൽ കൈവെച്ച്) താങ്കൾ വലിയ തിരക്കിലാണോ ടോർവാൾഡ്?

ഹെൽമർ: ഓ....

നോറ: ഈ കടലാസുകളെല്ലാം എന്തിനെക്കുറിച്ചാണ്?

ഹെൽമർ: ബാങ്കുവിഷയങ്ങൾ.

നോറ: ഇപ്പോഴേ തുടങ്ങിയോ...?

ഹെൽമർ: വിരമിക്കുന്ന മാനേജർ എന്നെ ചുമതലപ്പെടുത്തിയിരിക്കുകയാണ്, ബാങ്കിന്റെ നടത്തിപ്പിലും ജോലിക്കാരുടെ കാര്യത്തിലും അവശ്യം വേണമെന്ന് എനിക്കു തോന്നുന്ന മാറ്റങ്ങൾ വരുത്തിക്കൊള്ളാൻ. ഈയാഴ്ച കൊണ്ടുതന്നെ ആ ജോലി തീർക്കണം. പുതുവർഷം തുടങ്ങുന്നതോടെ എല്ലാം വെടിപ്പായിരിക്കണം.

നോറ: അപ്പോൾ അതുകൊണ്ടാണ് പാവം ക്രോഗ്സ്റ്റഡ്...

ഹെൽമർ: ഹ്ം!

നോറ: (അപ്പോഴും കസേരയ്ക്കു പിന്നിൽ ചാഞ്ഞു നിന്നുകൊണ്ട്, അയാളുടെ തലമുടിയിലൂടെ വിരലോടിക്കുന്നു) താങ്കൾക്ക് ഇത്രയധികം തിരക്കില്ലായിരുന്നെങ്കിൽ, ടോർവാൾഡ്, ഗംഭീരമായൊരാനുകൂല്യം ഞാൻ ആവശ്യപ്പെടുമായിരുന്നു.

ഹെൽമർ: കേൾക്കട്ടെ. എന്തായിരിക്കും അത്?

നോറ: മറ്റാർക്കുമില്ലാത്തൊരു കലാബോധമുണ്ട് താങ്കൾക്ക്. പ്രച്ഛന്നവേഷ നൃത്തം എങ്ങനെയൊക്കെ പരമാവധി മികച്ചതാക്കാം എന്നതാണ് കാര്യം. അതിനുള്ള ഉപദേശങ്ങൾ തരണം, ടോർവാൾഡ്. പിന്നെ,

ഞാൻ ഏതു വേഷം തിരഞ്ഞെടുക്കണമെന്നും അതിനുള്ള വസ്ത്രവിധാനം എങ്ങനെ ഒരുക്കണമെന്നും പറയണം. എന്താ?

ഹെൽമർ: ഓഹോ! അപ്പോൾ എന്റെ തന്റേടിയായ കൊച്ചുവനിതയുടെ രക്ഷയ്ക്ക് മറ്റുള്ളവരുടെ സഹായം ആവശ്യപ്പെടേണ്ടിവന്നിരിക്കുന്നു, അല്ലേ?

നോറ: പ്ലീസ് ടോർവാൾഡ്! താങ്കളുടെ സഹായമില്ലാതെ ഞാൻ എങ്ങുമെത്തുകയില്ല.

ഹെൽമർ: അങ്ങനെയാവട്ടെ, ഞാൻ അതിനെക്കുറിച്ചാലോചിക്കാം. നമുക്ക് എന്തെങ്കിലും കണ്ടെത്താം.

നോറ: താങ്കൾ അലിവുള്ളവനാണ്. (വീണ്ടും മരത്തിനടുത്തേക്ക് പോകുന്നു. നിൽക്കുന്നു) ഈ ചുവന്ന പൂക്കൾ കാണാൻ എന്തൊരു ഭംഗി - അല്ല, ഈ ക്രോഗ്സ്റ്റഡ് എന്ന മനുഷ്യൻ ചെയ്തത് വാസ്തവത്തിൽ ഗുരുതരമായ വല്ല കുറ്റകൃത്യവുമായിരുന്നോ?

ഹെൽമർ: കള്ളയൊപ്പ്. അതിന്റെ അർത്ഥം എന്താണെന്ന് നിനക്കു വല്ല പിടിയുമുണ്ടോ?

നോറ: ഒരു പക്ഷേ, മറ്റൊരു മാർഗ്ഗവുമില്ലാത്ത സാഹചര്യത്തിൽ ചെയ്തുപോയതായിരിക്കാം.

ഹെൽമർ: ആയിരിക്കാം. അല്ലെങ്കിൽ മറ്റു പലരേയും പോലെ വീണ്ടുവിചാരമില്ലാതെ. അങ്ങനെ പിണഞ്ഞുപോകുന്ന വെറുമൊരബദ്ധത്തിന്റെ പേരിൽ ഒരാളെ ശിക്ഷിച്ചേ കഴിയൂ എന്നു ശഠിക്കുന്ന കഠിനഹൃദയനൊന്നുമല്ല ഞാൻ.

നോറ: ഓ, അല്ല ടോർവാൾഡ്, തീർച്ചയായുമല്ല.

ഹെൽമർ: ആർക്കും സ്വയം നന്നാവാൻ സാധിക്കും, സത്യസന്ധമായി കുറ്റസമ്മതം നടത്തിയും ഉചിതമായ ശിക്ഷ ഏറ്റുവാങ്ങിക്കൊണ്ടും.

നോറ: ശിക്ഷയോ?

ഹെൽമർ: പക്ഷേ ആ മാർഗ്ഗമല്ല ഈ മനുഷ്യൻ തിരഞ്ഞെടുത്തത്. സഹജമായ കപടതന്ത്രം കൊണ്ട് തന്റെ വഞ്ചനയെ തേച്ചു മായ്ച്ചു കളയുകയാണ് ഇയാൾ ചെയ്തത്. അയാൾ ദുഷിച്ചുപോയതിന്റെ കാരണവും അതുതന്നെയായിരുന്നു.

നോറ: താങ്കൾ കരുതുന്നുണ്ടോ അത്...

ഹെൽമർ: അത് സങ്കൽപ്പിക്കാൻപോലും കഴിയുന്നില്ല, ഇത്തരമൊരു കറ മനഃസാക്ഷിയിൽ പുരണ്ടിരിക്കെ ഒരാൾക്ക് എല്ലായ്പ്പോഴും കള്ളവും ചതിയും കപടനാട്യങ്ങളും കൊണ്ടുനടക്കേണ്ടിവരുന്ന ഗതികേടിനെപ്പറ്റി. ഇയാൾക്ക് ഒരിക്കലും തന്റെ മുഖംമൂടി അഴിച്ചുമാറ്റാനാവില്ല, സ്വന്തം ഭാര്യയുടേയും കുട്ടികളുടേയും മുന്നിൽപ്പോലും. ആ കുട്ടികൾ- അതാണ് നോറ, ഇതിന്റെ ഏറ്റവും ഭീതിദമായ വശം.

നോറ: കാരണം?

ഹെൽമർ: ഇത്തരം വ്യക്തികളുടെ കുടുംബാന്തരീക്ഷത്തിൽ കള്ളത്തരങ്ങളുടെ ഒരു മൂടൽമഞ്ഞ് സദാ തങ്ങിനിൽക്കും. അത് സാംക്രമിക സ്വഭാവമുള്ള രോഗബീജങ്ങൾ പരത്തിക്കൊണ്ടിരിക്കും. അവിടെ വളരുന്ന കുട്ടികളുടെ ഓരോ ശ്വാസത്തിലും ദുർഗ്ഗന്ധപൂരിതമായ തിന്മയുടെ അണുക്കളുണ്ടായിരിക്കും.

നോറ: (അയാളോടടുത്ത്) താങ്കൾക്കുറപ്പാണോ അത്?

ഹെൽമർ: എന്റെ നോറാ, ഒരഭിഭാഷകനെന്ന നിലയിൽ ഞാൻ പറയുന്ന തിനെക്കുറിച്ച് നല്ല ബോദ്ധ്യമുണ്ടെനിക്ക്. മിക്കവാറും കുട്ടിക്കുറ്റവാളികൾ ജന്മമെടുക്കുന്നത് വഞ്ചകികളായ അമ്മമാരുള്ളിടത്താണ്.

നോറ: എന്തുകൊണ്ടാണ് അമ്മമാർക്കിത്ര പ്രാധാന്യം?

ഹെൽമർ: പൊതുവെ അമ്മമാരാണ് കുട്ടികളെ കൂടുതൽ സ്വാധീനിക്കുന്നത്. എന്നാൽ, തീർച്ചയായും അച്ഛന്മാരുടെ പങ്കും കുറവല്ല. ഏതൊരു വക്കീലിനും അത് നല്ലപോലെ അറിയാം. ഇവിടെയിപ്പോൾ ഈ ക്രോഗ്സ്റ്റഡ് വർഷങ്ങളായി തന്റെ സ്വന്തം കുട്ടികളെ തട്ടിപ്പും വഞ്ചനയും കൊണ്ട് വിഷപ്പെടുത്തുകയാണ്. അതുകൊണ്ടാണ് ഞാൻ ഇയാളെ ധാർമ്മികമായി പിഴച്ചവൻ എന്നു വിളിക്കുന്നത്. (അവൾക്കു നേരെ കൈകൾ നീട്ടി) അതുകൊണ്ടാണ് എന്റെ ഓമനയായ കുഞ്ഞുനോറ എനിക്കു വാക്കു തരേണ്ടത്, മേലിൽ അയാൾക്കു വേണ്ടി വാദിക്കാൻ ശ്രമിക്കുകയില്ലെന്ന്. എന്റെ കൈ പിടിച്ചുകൊണ്ടു പറയണം. പറ്റില്ലേ? എന്താണിത്? നിന്റെ കൈ തരൂ. ങാ, അങ്ങനെ! അക്കാര്യം കഴിഞ്ഞു. ഞാൻ ഉറപ്പിച്ചു പറയട്ടെ, അയാളുമൊത്ത് ജോലി ചെയ്യാൻ അസാദ്ധ്യമാണെനിക്ക്. ഇത്തരം മനുഷ്യരുടെ സാന്നിദ്ധ്യം പോലും അക്ഷരാർത്ഥത്തിൽ എനിക്ക് അറപ്പും ഓക്കാനവുമുണ്ടാക്കും.

നോറ: (കൈ പിൻവലിച്ച് ക്രിസ്മസ് മരത്തിന്റെ മറ്റേ ഭാഗത്തേക്ക് നടക്കുന്നു.) എന്തൊരു ചൂടാണിവിടെ! ഇനിയും പിടിപ്പതു ജോലിയുണ്ട് എനിക്കു ചെയ്യാൻ.

ഹെൽമർ: (എഴുന്നേറ്റ് തന്റെ കടലാസ്സുകൾ അടുക്കിവെക്കുന്നു) എനിക്ക് ഈ കടലാസ്സുകളിൽ കുറച്ചെണ്ണമെങ്കിലും ഭക്ഷണത്തിനു മുമ്പായി വായിച്ചുനോക്കണം. പിന്നെ നിന്റെ നൃത്തവേഷത്തെപ്പറ്റിയും ആലോചിക്കണം. ങാ, പിന്നെ സ്വർണ്ണവർണണക്കടലാസിൽ വല്ലതും പൊതിഞ്ഞ് ക്രിസ്മസ് മരത്തിൽ തൂക്കിയിടുന്നതിലും എന്റേതായൊരു പങ്കുണ്ടാവണമല്ലോ. (തന്റെ കൈ അവളുടെ തലയിൽ വെക്കുന്നു.) എന്റെ വില മതിക്കാനാവാത്ത കുഞ്ഞുവാനമ്പാടീ...

(അയാൾ തന്റെ മുറിയിലേക്ക് കടന്ന് അതിന്റെ വാതിലടക്കുന്നു)

നോറ: (ഒരു നിമിഷത്തെ നിശ്ചലതയ്ക്കുശേഷം സ്വരം താഴ്ത്തി) അസംബന്ധം! അതിന് സാദ്ധ്യതയില്ല. അത് സംഭവിക്കുകയില്ല. അത് സംഭവിച്ചുകൂടാ.

ആയ: (ഇടതു മുറിയുടെ വാതിൽക്കൽ) കുഞ്ഞേ, കുട്ടികൾ വല്ലാതെ ശാഠ്യം പിടിച്ച് കൊഞ്ചുന്നു, ഇങ്ങോട്ടു വന്ന് അമ്മയെ കാണട്ടെയെന്ന്.

നോറ: വേണ്ട, വേണ്ട, ഇങ്ങോട്ടു വിടല്ലേ! നിങ്ങൾ അവരുടെ കൂടെത്തന്നെ നിൽക്കൂ ആൻ മേരീ.

ആയ: ഓ, ശരി കുഞ്ഞേ, അങ്ങനെയാവട്ടെ. (അവർ വാതിലടക്കുന്നു.)

നോറ: (ഭീതി കൊണ്ട് വിളറി) എന്റെ കുഞ്ഞുങ്ങളെ ദുഷിപ്പിക്കുക..! എന്റെ വീടിനെ വിഷലിപ്തമാക്കുക? (നിമിഷനേരത്തെ നിശ്ശബ്ദതയ്ക്കു ശേഷം തല പിന്നോട്ടു ചായ്ച്ച്) അത് സത്യമല്ല! അത് ഒരിക്കലും, ഒരിക്കലും സത്യമാവുകയില്ല!

അങ്കം രണ്ട്

അതേ മുറി. പിയാനോവിനടുത്ത് ഒരു മൂലയിൽ ക്രിസ്മസ് മരം, അലങ്കാരങ്ങൾ നീക്കപ്പെട്ടും ഇല കരിഞ്ഞ് വൃത്തി കേടായും എരിഞ്ഞു തീർന്ന മെഴുകുതിരികളുടെ അവശിഷ്ടങ്ങളോടെയും നിൽക്കുന്നു. നോറയുടെ മേൽവസ്ത്രങ്ങൾ സോഫയിൽ കിടക്കുന്നു. നോറ തനിച്ചേ രംഗത്തുള്ളൂ. അവൾ അസ്വസ്ഥയായി അങ്ങുമിങ്ങും നടക്കുകയാണ്. ഒടുവിൽ സോഫയ്ക്കരികിലെത്തി നിൽക്കുന്നു. കുനിഞ്ഞ് തന്റെ കോട്ട് എടുക്കുന്നു.

നോറ: (കോട്ട് ധരിച്ചുകൊണ്ട്) ആരോ വരുന്നുണ്ട്! (വാതിൽക്കലേക്ക് നടന്ന്, ശ്രദ്ധിക്കുന്നു) ഇല്ല, ആരുമില്ല. ഇന്ന്, ക്രിസ്മസ് ദിനത്തിൽ ആരും വരില്ല, തീർച്ച - നാളെയും വരില്ല. എങ്കിലും ഒരുപക്ഷേ... (വാതിൽ തുറന്ന് പുറത്തേക്ക് നോക്കുന്നു.) ഇല്ല, കത്തുപെട്ടിയിൽ ഒന്നുമില്ല, തികച്ചും ശൂന്യം (മുന്നോട്ട് വരുന്നു) ഓ, അസംബന്ധം! അയാൾ അത് കാര്യഗൗരവത്തോടെ പറഞ്ഞതല്ല. അത്തരം കാര്യങ്ങൾ സംഭവിക്കാനിടയില്ല. അത് അസംഭവ്യമാണ്. കാരണം എനിക്ക് മൂന്നു പൊടിക്കുഞ്ഞുങ്ങളാണ്.

(ഇടതുവശത്തെ മുറിയിൽനിന്നും ഒരു വലിയ കാർഡ്ബോർഡ് പെട്ടിയുമായി ആയ പ്രവേശിക്കുന്നു.)

ആയ: ഒടുക്കം ഞാനിത് കണ്ടുപിടിച്ചു. പ്രച്ഛന്നവേഷത്തിന്റെ ഉടുപ്പുകൾ വെച്ചിരുന്ന പെട്ടി.

നോറ: നിങ്ങൾക്ക് നന്ദി. ദയവായി ആ മേശപ്പുറത്ത് വെച്ചേക്കൂ.

ആയ: (അങ്ങനെ ചെയ്യുന്നു) പക്ഷേങ്കിൽ അതാകെ നാശമായെന്നാ തോന്നുന്നത്.

നോറ: ഓ, ഞാനത് ഒരായിരം കഷണങ്ങളായി പിച്ചിച്ചീന്തിയേക്കും!

ആയ: ഒടയതമ്പുരാനേ, ഇത്തിരി ക്ഷമ കാണിച്ചാൽ അത് നന്നാക്കിയെടുക്കാൻ പറ്റുമല്ലോ.

നോറ: ശരി, അതിന് ഞാൻ പോയി മിസിസ് ലിൻഡെയെ കൂട്ടിക്കൊണ്ടുവരാം.

ആയ: ഇനിയും പുറത്തേക്കോ? ഈ കൊടുംതണുപ്പത്തോ? ജലദോഷം പിടിച്ച് താച്ചിപ്പോവും കുഞ്ഞേ.

നോറ: അതിലും മോശപ്പെട്ടത് സംഭവിച്ചേക്കാം - കുട്ടികൾ എന്തു ചെയ്യുന്നു?

ആയ: ക്രിസ്മസ് സമ്മാനങ്ങളുംകൊണ്ട് കളിയോടുകളി. പാവം കുഞ്ഞുകിടാങ്ങൾ. പക്ഷേങ്കിൽ...

നോറ: അവർ എന്നെ കാണാൻ വാശിപിടിക്കുന്നുണ്ടോ?

ആയ: പിന്നില്ലാണ്ട്? അതല്ലേ ശീലിച്ചത്.

നോറ: അതെ ആൻ മേരി, ഇനിമുതൽ അവരുമായി കെട്ടിമറിയാൻ എനിക്ക് സാധിച്ചെന്നു വരില്ല.

ആയ: ങാ, കുഞ്ഞുങ്ങളാവുമ്പം പുതിയ ശീലങ്ങൾ വേഗം പഠിച്ചോളും.

നോറ: അങ്ങനെയാണോ നിങ്ങൾ വിചാരിക്കുന്നത്? അങ്ങനെയാണെങ്കിൽ അവരുടെ അമ്മ അവരെ പിരിഞ്ഞുപോയാൽ അവർക്കവളെ മറക്കാൻ കഴിയുമോ- എന്നെന്നേക്കുമായി പിരിഞ്ഞുപോയാൽ?

ആയ: ഒടയതമ്പുരാനേ- എന്നെന്നേക്കുമായിട്ടോ?

നോറ: പറയൂ ആൻ മേരീ- ഞാൻ പലപ്പോഴും അത്ഭുതപ്പെട്ടിട്ടുണ്ട് - സ്വന്തം കുഞ്ഞിനെ പരിചയമില്ലാത്തവരുടെ കൈയിലേല്പിച്ച പോന്നത് നിങ്ങൾക്കെങ്ങനെ താങ്ങാൻ കഴിഞ്ഞു?

ആയ: അതോ, എന്റെ നോറക്കുഞ്ഞിന്റെ ആയയായി വരാൻ നിശ്ചയിച്ച സ്ഥിതിക്ക് മറ്റൊരു പാങ്ങും ഉണ്ടായിരുന്നില്ലല്ലോ എനിക്ക്.

നോറ: എന്നാലും... നിങ്ങൾക്കതിന് എങ്ങനെ മനസ്സ വന്നു?

ആയ: അത്രയും നല്ലൊരു സ്ഥാനമല്ലേ എനിക്കു കിട്ടിയത്. അബദ്ധം പറ്റിപ്പോയ ഒരു പാവം പെണ്ണിന് അതൊരു രക്ഷയായില്ലേ കുഞ്ഞേ. കാരണം അവൻ എന്നെ തിരിഞ്ഞുനോക്കിയില്ല കുഞ്ഞേ, ആ നശിച്ചവൻ.

നോറ: പക്ഷേ നിങ്ങളുടെ മകൾ നിങ്ങളെ മറന്നിട്ടുണ്ടാവും.

ആയ: ഓ, ഇല്ല, അവള് മറന്നില്ല. പള്ളീൽ ദൃഢീകരിക്കപ്പെട്ട സമയത്തും പിന്നെ കല്ല്യാണം കഴിഞ്ഞപ്പളും അവളെനിക്ക് എഴുതിയല്ലോ.

നോറ: (അവരുടെ കഴുത്തിൽ കൈ ചുറ്റിക്കൊണ്ട്) പ്രിയപ്പെട്ട ആൻ മേരിയമ്മച്ചീ, കുഞ്ഞുന്നാളിൽ നിങ്ങളെനിക്ക് നല്ലൊരമ്മയായിരുന്നു.

ആയ: എന്റെ പാവം നോറക്കുഞ്ഞിന് ഞാനല്ലാതെ മറ്റൊരമ്മ ഇല്ലായിരുന്നല്ലോ.

നോറ: എന്റെ കുഞ്ഞുമക്കൾക്കും നിങ്ങൾ മാത്രമേ ഉള്ളൂ എന്നു വന്നാൽ, എനിക്കറിയാം നിങ്ങൾ അവർക്കും... ഓ, ഞാൻ എന്തൊക്കെയാണ് പറയുന്നത്! (പെട്ടി തുറക്കുന്നു) അവരുടെ അടുത്തേക്ക് ചെല്ലൂ. എനിക്ക്.... നാളെ നിങ്ങൾക്കു കാണാം ഞാൻ എത്രമാത്രം സുന്ദരിയായിരിക്കുമെന്ന്.

ആയ: ങാ,നാളത്തെ നൃത്തവിരുന്നിൽ എന്റെ നോറക്കുഞ്ഞിനോളം ചേലുള്ള മറ്റൊരുത്തിയും ഉണ്ടാവൂല്ല.

(അവർ ഇടതുഭാഗത്തെ മുറിയിലേക്ക് പോകുന്നു)

നോറ: (പെട്ടി തുറക്കാനാഞ്ഞെങ്കിലും പെട്ടെന്ന് അത് അവിടെത്തന്നെ തള്ളുന്നു.) ഹൊ, ഒന്ന് പുറത്തു പോകാനുള്ള ധൈര്യമുണ്ടായെങ്കിൽ... ആരും വരില്ലെന്നുറപ്പുണ്ടായിരുന്നെങ്കിൽ... അതിനിടയിൽ ഈ വീട്ടിൽ യാതൊന്നും സംഭവിക്കാതിരുന്നെങ്കിൽ... നാശം - ആരും വരാൻ പോകുന്നില്ല. ഞാൻ അതിനെക്കുറിച്ച് ചിന്തിക്കരുത്. കാലുറകൾ ബ്രഷ് ചെയ്യാം. എന്തു ഭംഗിയുള്ള കൈയ്യുറകൾ, എത്ര മനോഹരം! അത് എന്റെ മനസ്സിൽ നിന്നും തുടച്ചുമാറ്റിക്കളയണം. ഒന്ന്, രണ്ട്, മൂന്ന്, നാല്, അഞ്ച്, ആറ്... (നിലവിളിക്കുന്നു) ഹാ, അവർ വരികയാണ്... (വാതിൽക്കലേക്ക് കുതിക്കുന്നു, എന്നാൽ പതറി നിൽക്കുന്നു. മിസിസ് ലിൻഡെ ഹാളിലേക്ക് വരുന്നു. അവളുടെ മേൽവസ്ത്രങ്ങൾ അവിടെ ഊരിവെക്കുന്നു. അകത്ത്

പ്രവേശിക്കുന്നു.) ഓ, അത് നീയായിരുന്നോ ക്രിസ്റ്റൈൻ. പുറത്ത് മറ്റാരുമില്ലല്ലോ, ഉണ്ടോ? നീ വന്നതിൽ വളരെ സന്തോഷം.

മി.ലിൻഡെ: നീ എന്നെ അന്വേഷിച്ച് വന്നതായറിഞ്ഞു.

നോറ: അതെ, ഞാൻ ആ വഴി വന്നിരുന്നു. നീ എനിക്കൊരു സഹായം ചെയ്യണം. വരൂ, ഈ സോഫയിൽ എന്റെ അടുത്തിരിക്കൂ. നിനക്കറിയാമോ, നാളെ വൈകുന്നേരം മുകൾ നിലയിലെ സ്റ്റെൻബർഗ് ഭവനത്തിൽ ഒരു പ്രച്ഛന്നവേഷ നൃത്ത പരിപാടിയുണ്ട്. ടോർവാൾഡിന്റെ ആഗ്രഹം എന്താണെന്നോ, ഞാൻ നേപ്പിൾസിലെ മീൻകാരി പെൺകുട്ടിയുടെ വേഷത്തിൽ ററാരൻറെല്ലാ നൃത്തം അവതരിപ്പിക്കണമെന്ന്. നിനക്കറിയുമോ എന്തോ, കാപ്രിയിൽ വെച്ച് ഞാനതു പഠിച്ചിട്ടുണ്ട്.

മി.ലിൻഡെ: നല്ലത്, നല്ലത്! അങ്ങനെ നീ എല്ലാവരുടേയും ശ്രദ്ധയാകർഷിക്കാൻ പോകുന്നു?

നോറ: ഗംഭീരമാക്കണമെന്ന് ടോർവാൾഡ് ആഗ്രഹിക്കുന്നു. ഇതാ നോക്കൂ, ഇതാണതിന്റെ വേഷവിധാനം, ടോർവാൾഡ് തയ്പ്പിച്ച് കൊണ്ടുവന്നതാണ്. പക്ഷേ, ഇതാകപ്പാടെ കീറിപ്പറിഞ്ഞുപോയി. എന്തു ചെയ്യണമെന്ന് എനിക്കറിയില്ല കേട്ടോ...

മി.ലിൻഡെ: നമുക്കിതു പെട്ടെന്ന് ശരിയാക്കാം. അവിടവിടെ നാലു തുന്നൽ മതിയാവും. സൂചിയും നൂലുമുണ്ടോ? ആ, ഇവിടെയുണ്ടല്ലോ.

നോറ: നിന്റെ ദയവ് ഒന്നു വേറെത്തന്നെ.

മി.ലിൻഡെ: അപ്പോൾ, നാളെ നീ പൂർണ്ണമായും മറ്റൊരു വേഷത്തിലായിരിക്കും, അല്ലേ നോറാ? പുതിയ വേഷത്തിൽ നിന്നെ ഒരു നോക്കു കാണാനായി ഞാൻ വരും- എന്നിട്ടു പറയാം അത് എങ്ങനെയുണ്ടെന്ന്.ആ, ഇന്നലെ രാത്രിയിൽ നമുക്കുണ്ടായ സന്തോഷകരമായ നിമിഷങ്ങൾക്ക് നിന്നോടു നന്ദി പറയാൻ ഞാൻ പാടേ മറന്നുപോയി.

നോറ: (എഴുന്നേറ്റ് നടന്ന്) എന്തുകൊണ്ടോ, പതിവുപോലെ സന്തോഷകരമായിരുന്നില്ല ഇന്നലെ രാത്രി, എന്നാണെനിക്ക് തോന്നുന്നത്. നീ കുറച്ചുകൂടി നേരത്തേ എത്തിച്ചേരേണ്ടതായിരുന്നു ക്രിസ്റ്റൈൻ- അതെ, ഇവിടെ സന്തോഷം സൃഷ്ടിക്കാനുള്ള ഒരു പ്രത്യേക കഴിവുണ്ട് ടോർവാൾഡിന്.

മി.ലിൻഡെ: അത് നിനക്കുമുണ്ടെന്ന് എനിക്ക് നന്നായറിയാം. നിന്റെ അച്ഛന്റെ ആ ഗുണം നിനക്ക് വേണ്ടുവോളം കിട്ടിയിട്ടുണ്ട്. അല്ല, ഒരു കാര്യം ചോദിച്ചോട്ടെ, ഇന്നലെ രാത്രിയിൽ കണ്ടതുപോലെ ഡോക്ടർ റാങ്ക് ഒരു വിഷാദ ജീവിയാണോ?

നോറ: ഹേയ്, ഇന്നലെ രാത്രി അത് ഏറെക്കുറെ പ്രകടമായിരുന്നു എന്നു മാത്രം. അദ്ദേഹത്തിന് സാരമായൊരു തകരാറുണ്ടെന്ന് നീ മനസ്സിലാക്കണം. നട്ടെല്ലിനെ ബാധിച്ച ക്ഷയം. പാവം മനുഷ്യൻ. അദ്ദേഹത്തിന്റെ അച്ഛൻ ഒരു ഭയങ്കര സാധനമായിരുന്നു, മറ്റേത്തരം പെണ്ണുങ്ങളുമായും മറ്റും ജീവിച്ച ഒരു വല്ലാത്ത മനുഷ്യൻ. അതുകൊണ്ട് ഈ മകന് എല്ലായ്പ്പോഴും അസുഖമായിരുന്നു, തീരെ ചെറുപ്പം മുതൽ.

മി.ലിൻഡെ: (തുന്നൽ പതുക്കെയാക്കി) പക്ഷേ എന്റെ പ്രിയ നോറാ, ഇത്തരം കാര്യങ്ങൾ നിനക്കെങ്ങനെ അറിയാൻ കഴിയുന്നു?

നോറ: (അങ്ങുമിങ്ങും നടന്നുകൊണ്ട്) ഓ! നിനക്ക് മൂന്ന് മക്കളുണ്ടാവുമ്പോൾ ചിലതരം സന്ദർശകർ വരും... കുറച്ചൊക്കെ വൈദ്യ പരിശീലനം നേടിയ സ്ത്രീകൾ. ഇത്തരം ഒട്ടുവളരെ കാര്യങ്ങൾ അവർ നിനക്ക് പറഞ്ഞുതരും.

മി.ലിൻഡെ: (തുന്നൽ തുടരുന്നു. ഹ്രസ്വ നിശ്ശബ്ദത) ഡോക്ടർ റാങ്ക് എന്നും വരാറുണ്ടോ?

നോറ: വരാത്ത ദിവസമില്ല. അദ്ദേഹം ചെറുപ്പം മുതലേ ടോർവാൾഡിന്റെ അടുത്ത സുഹൃത്താണ്. ഇപ്പോൾ എന്റെയും നല്ല സുഹൃത്ത്. ഡോക്ടർ റാങ്ക് മിക്കവാറും ഒരു കുടുംബാംഗത്തെപ്പോലെയാണ് ഞങ്ങൾക്ക്.

മി.ലിൻഡെ: എങ്കിൽ എന്നോടു പറയൂ- വാസ്തവത്തിൽ അദ്ദേഹം ഋജു സ്വഭാവിയാണോ? ഞാനുദ്ദേശിക്കുന്നത് ഇതാണ്: ചിലപ്പോഴെങ്കിലും ആളുകളെ പ്രീതിപ്പെടുത്തുന്ന സമീപനമില്ലേ അദ്ദേഹത്തിന്?

നോറ: ഇല്ല, നേരെ മറിച്ചാണ്. അങ്ങനെ തോന്നാൻ കാരണം?

മി.ലിൻഡെ: ഇന്നലെ നീ എന്നെ പരിചയപ്പെടുത്തിയപ്പോൾ അദ്ദേഹം അവകാശപ്പെട്ടല്ലോ, എന്റെ പേര് ഈ വീട്ടിൽ നിന്ന് പലപ്പോഴായി കേട്ടിട്ടുണ്ടെന്ന്. എന്നാൽ പിന്നീട് ഞാൻ ശ്രദ്ധിച്ചു, നിന്റെ ഭർത്താവിന് എന്നെക്കുറിച്ച് യാതൊന്നും അറിയില്ലെന്ന്.

നോറ: ഓ, ശരിയാണ്, അദ്ദേഹം പറഞ്ഞതാണ് ക്രിസ്റ്റൈൻ, പരമാർത്ഥം. നിനക്കറിയാമോ, എന്നോട് ടോർവാൾഡിന് ഭ്രാന്തമായ പ്രണയമാണ്. എന്നെ തനിക്കു മാത്രമായി വേണമെന്നാണ് അദ്ദേഹം പറയുക. വിവാഹത്തിന്റെ ആദ്യനാളുകളിൽ ഞാൻ നാട്ടിലെ വല്ല പഴയകാല സ്നേഹിതകളെപ്പറ്റിയും സൂചിപ്പിച്ചാൽത്തന്നെ അത് അദ്ദേഹത്തിന് ഒരുതരം അസൂയയുണ്ടാക്കുമായിരുന്നു. അതുകൊണ്ട് അത്തരം വർത്തമാനങ്ങൾ ഞാനങ്ങു നിർത്തി. എന്നാൽ പഴയ കാര്യങ്ങൾ ഞാൻ ഡോക്ടർ റാങ്കിനോട് പറയാറുണ്ട്. അതൊക്കെ കേൾക്കാൻ അദ്ദേഹത്തിനിഷ്ടമാണ്.

മി.ലിൻഡെ: നോക്കൂ നോറാ! പലതുകൊണ്ടും നീ ഇപ്പോഴും ഒരു കുട്ടിയാണ്. എനിക്ക് നിന്നേക്കാൾ പ്രായക്കൂടുതലുണ്ട്. അനുഭവജ്ഞാനവും ഇത്തിരി അധികമായുണ്ട്. ഞാൻ നിന്നോടൊന്നു പറയട്ടെ: എനിക്ക് തോന്നുന്നത് ഡോക്ടർ റാങ്കുമായുള്ള ഈ ഇടപാട് നീ നിർത്തണം എന്നാണ്.

നോറ: ഏതിടപാട് നിർത്തണമെന്ന്?

മി.ലിൻഡെ: മുഴുവൻ സംഗതികളും, എനിക്കിത് പറയാതെ വയ്യ. നിനക്ക് പണം തരാൻ പോകുന്ന ധനികനായ ഒരാരാധകനെക്കുറിച്ച് ഇന്നലെ നീ എന്തോ പറഞ്ഞില്ലേ....

നോറ: ഒരിക്കലും ജീവിച്ചിരുന്നിട്ടില്ലാത്ത ഒരാൾ, എന്ന് വ്യസനപൂർവ്വം പറഞ്ഞുകൊള്ളട്ടെ. പക്ഷേ അതുകൊണ്ടെന്താ?

മി.ലിൻഡെ: ഡോകടർ റാങ്കിന് പണമുണ്ടോ?

നോറ: ഉണ്ടല്ലോ.

മി.ലിൻഡെ: വല്ല ആശ്രിതരും?

നോറ: ഇല്ല, ആരുമില്ല. പക്ഷേ അതിന്...?

മി.ലിൻഡെ: ഓരോ ദിവസവും അദ്ദേഹം ഇവിടെ വരികയും ചെയ്യുന്നു?

നോറ: അതെ, ഞാൻ നിന്നോട് പറഞ്ഞല്ലോ.

മി.ലിൻഡെ: എങ്കിലും ഈ സ്ഥിതിയിലുള്ളൊരാൾക്ക് എങ്ങനെ നിന്നെ ഇതുപോലെ ഉപദ്രവിക്കാൻ കഴിയുന്നു?

നോറ: എനിക്ക് മനസ്സിലാവുന്നേയില്ല.

മി.ലിൻഡെ: അഭിനയിക്കല്ലേ നോറാ. ആയിരത്തിരുനൂറു ഡോളർ നീ ആരിൽനിന്നു കൈപ്പറ്റിയെന്ന് എനിക്ക് മനസ്സിലാകുന്നില്ല എന്നാണോ നിന്റെ വിചാരം?

നോറ: നിനക്കെന്താ ഭ്രാന്തുണ്ടോ? വാസ്തവത്തിൽ നീ അങ്ങനെ കരുതുന്നുണ്ടോ? നിത്യവും ഇവിടെ വരുന്ന ഞങ്ങളുടെ ഒരു സുഹൃത്ത് ? എങ്കിൽ സ്ഥിതിഗതി ആകപ്പാടെ അത്യന്തം അസഹനീയമായി മാറുമായിരുന്നല്ലോ.

മി.ലിൻഡെ: സത്യത്തിൽ അത് ഈ മനുഷ്യനല്ലേ?

നോറ: അല്ല, ഞാൻ തീർത്തു പറയുന്നു. ഒരിക്കലും ഞാൻ അതാലോചിച്ചിട്ടില്ല. ഒരു നിമിഷം പോലും... എന്തായാലും, കടം കൊടുക്കാൻ മാത്രമുള്ള പണമൊന്നും അക്കാലത്ത് അദ്ദേഹത്തിനുണ്ടായിരുന്നില്ല. പിന്നെയും കുറേ കഴിഞ്ഞാണ് അദ്ദേഹത്തിന് പൂർവ്വസമ്പത്ത് കൈവന്നത്.

മി.ലിൻഡെ: അത് എത്രയും നന്നായെന്നു പറഞ്ഞാൽ മതിയല്ലോ, എന്റെ പ്രിയ നോറാ.

നോറ: ഇല്ല, ഡോക്ടർ റാങ്കിനോട് കടം ചോദിക്കാൻ ഒരിക്കലുമെനിക്ക്... അതേസമയം എനിക്ക് നല്ല ഉറപ്പുണ്ട്, ഞാനദ്ദേഹത്തോട് ചോദിച്ചിരുന്നെങ്കിൽ...

മി.ലിൻഡെ: പക്ഷേ തീർച്ചയായും നീ ചോദിക്കുകയില്ല.

നോറ: അല്ല, തീർച്ചയായും അങ്ങനെയല്ല. അതു വേണ്ടിവരുമെന്ന് ഞാൻ ഒരിക്കലും ആലോചിച്ചിരുന്നില്ല. പക്ഷേ, ഇപ്പോൾ എനിക്ക് ഉറപ്പായിരിക്കുന്നു, ഡോക്ടർ റാങ്കിനോട് അക്കാര്യം സൂചിപ്പിക്കേണ്ടിവരുമെന്ന്....

മി.ലിൻഡെ: നിന്റെ ഭർത്താവറിയാതെയോ?

നോറ: എനിക്ക് മറ്റേ ഇടപാടിൽനിന്ന് പുറത്തു ചാടേണ്ടിയിരിക്കുന്നു. അതും ഭർത്താവറിയാതെ ചെയ്തതാണല്ലോ. എനിക്ക് അതിൽ നിന്നും സ്വയം രക്ഷിച്ചേ പറ്റൂ.

മി.ലിൻഡെ: അതെ, അതു തന്നെയാണ് ഇന്നലെ രാത്രി ഞാൻ പറഞ്ഞതും. പക്ഷേ...

നോറ: (അങ്ങുമിങ്ങും നടന്നുകൊണ്ട്) ഇത്തരം പ്രശ്നങ്ങൾ കൈകാര്യം ചെയ്യാൻ ഒരു സ്ത്രീയേക്കാൾ അനുയോജ്യം ഒരു പുരുഷനാണ്....

മി.ലിൻഡെ: അത് നിന്റെ ഭർത്താവു തന്നെ, സംശയമില്ല.

നോറ: അസംബന്ധം ! (നിൽക്കുന്നു) നീ നിന്റെ കടമെല്ലാം വീട്ടിക്കഴിയുമ്പോൾ നിനക്ക് നിന്റെ കരാർരേഖ തിരിച്ചുകിട്ടും, അല്ലേ?

മി.ലിൻഡെ: ഉറപ്പ്.

നോറ: അപ്പോൾ നിനക്കത് ഒരായിരം കഷണങ്ങളായി വലിച്ചുകീറി തീയിലിടാം - ആ ഹീനമായ, ക്ഷുദ്രവസ്തു!

മി.ലിൻഡെ: (അവളെത്തന്നെ തറപ്പിച്ചുനോക്കി, തുന്നൽ സാമഗ്രികൾ താഴെ വെച്ചുകൊണ്ട് പതുക്കെ എഴുന്നേൽക്കുന്നു.) നോറാ, നീ എന്നിൽ നിന്നും എന്തോ ഒളിക്കുന്നു.

നോറ: അത് അത്ര വ്യക്തമാക്കണോ?

മി.ലിൻഡെ: ഇന്നലെ രാവിലെ മുതൽ നിനക്കെന്തോ സംഭവിച്ചിട്ടുണ്ട്. നോറാ, എന്താണത്?

നോറ: (അവൾക്കു നേരെ നടന്ന്) ക്രിസ്റ്റൈൻ! (ശ്രദ്ധിക്കുന്നു) ശ്ശ്! ടോർവാൾഡ് തിരിച്ചെത്തിയിരിക്കുന്നു. നോക്കൂ, തൽക്കാലം നീ പോയി അവിടെ കുട്ടികളുടെ അടുത്തിരിക്കണം. ഇങ്ങനെ തുന്നിപ്പന്നിയിരിക്കുന്ന കാഴ്ച ടോർവാൾഡിന് സഹിക്കാനാവില്ല. ആൻ മേരി നിനക്കു വേണ്ട സഹായം ചെയ്യും.

മി.ലിൻഡെ: (എല്ലാം വാരിയെടുത്തുകൊണ്ട്) ശരി, അങ്ങനെയാവട്ടെ. പക്ഷേ, നാം വിശദമായി സംസാരിച്ച് ഒരു തീരുമാനത്തിലെത്തിയിട്ടേ ഞാൻ തിരിച്ചുപോകുന്നുള്ളൂ.

(അവൾ ഇടതുവശത്തെ മുറിയിലേക്ക് പോകുന്നു. അതേ സമയം ഹെൽമർ ഹാളിൽനിന്ന് മുറിയിലേക്ക് വരുന്നു.)

നോറ: (അയാളെ എതിരേൽക്കാനായി നീങ്ങുന്നു) എന്റെ ടോർവാൾഡ്, താങ്കൾ ഒന്നു വന്നുകിട്ടാൻ കൊതിച്ചിരിക്കുകയായിരുന്നു, ഞാൻ.

ഹെൽമർ: അത് തയ്യൽക്കാരിയാണോ...?

നോറ: അല്ല, അത് ക്രിസ്റ്റൈനാണ്. അവൾ എന്റെ വേഷം ശരിയാക്കുന്നതിന് എന്നെ സഹായിക്കാൻ വന്നതാണ്. അത് വളരെ ഭംഗിയാകുമെന്ന് തോന്നുന്നു.

ഹെൽമർ: അപ്പോൾ എന്റെ ആശയമെങ്ങനെ, ഗംഭീരമല്ലേ?

നോറ: ആശയം അതിശയകരം. പക്ഷേ അതംഗീകരിച്ചത് എന്റെ സൗമനസ്യം, എന്താ?

ഹെൽമർ: (അവളുടെ താടി കൈയിലെടുത്തുകൊണ്ട്) നിന്റെ സൗമനസ്യം നിന്റെ ഭർത്താവിനോട്? ആവട്ടെ, എന്റെ കൊച്ചുകുറുമ്പീ, എനിക്കറിയാം നീ അതല്ല ഉദ്ദേശിച്ചതെന്ന്. ങാ, നിന്നെ ശല്യപ്പെടുത്താൻ ഞാനാഗ്രഹിക്കുന്നില്ല. എന്താ, ഇനി ആ വേഷമൊക്കെ ധരിച്ച് നൃത്ത പരിശീലനം നടത്തേണ്ടിവരുമല്ലോ നിനക്ക്, അല്ലേ?

നോറ: താങ്കൾ ഇനിയും ജോലി ചെയ്യാൻ പോവുകയാണോ?

ഹെൽമർ: അതെ. (ഒരു കെട്ട് കടലാസുകൾ അവൾക്കു നേരെ നീട്ടി) ഇതുകണ്ടോ. ഞാൻ ബാങ്കിലായിരുന്നു...

(അയാൾ അകത്തേക്ക് പോകാനായി തിരിയുന്നു.)

നോറ: ടോർവാൾഡ്!

ഹെൽമർ: (നിൽക്കുന്നു) ങാ,

നോറ: ഒരണ്ണാൻകുഞ്ഞ് ഹൃദയപൂർവ്വം ഒരു കാര്യം ആവശ്യപ്പെടുകയാണെങ്കിൽ......

ഹെൽമർ: ശരി?

നോറ: താങ്കൾ അതിനുവേണ്ടി എന്തെങ്കിലും ചെയ്യുമോ?

ഹെൽമർ: സ്വഭാവികമായും അതെന്താണെന്ന് ആദ്യമെനിക്കറിയണം.

നോറ: പ്ലീസ്, താങ്കളതിനെ സ്വതന്ത്രമായി വിട്ടാൽ, അതിനു വേണ്ടതു നൽകിയാൽ, അത് ഓടിച്ചാടി നടക്കുകയും ഒട്ടേറെ സൂത്രവിദ്യകൾ കാണിക്കുകയും ചെയ്യും.

ഹെൽമർ: കാര്യം പറയൂ.

നോറ: പോരാതെ ഈ മനോഹരിയായ കുഞ്ഞുവാനമ്പാടി സദാസമയവും മധുരഗാനം പൊഴിച്ചുകൊണ്ടേയിരിക്കും.

ഹെൽമാർ: ഹ ! അത് എന്തായാലും അതിന് സഹജമാണല്ലോ.

നോറ: ഞാൻ ഒരു മാലാഖക്കുഞ്ഞായി സ്വയം മാറി നിലാവിൽ നൃത്തമാടും, ടോർവാൾഡ്, താങ്കൾക്കു വേണ്ടി.

ഹെൽമർ: നോറാ- ഇന്നു കാലത്ത് നീ പറയാൻ തുടങ്ങിയ കാര്യമല്ല അതെന്ന് ഞാൻ ആശിച്ചോട്ടെ?

നോറ: (ഒന്നുകൂടി അടുത്ത്) അതെ, അതു തന്നെയാണ് ടോർവാൾഡ്, ഞാനപേക്ഷിക്കുന്നു!

ഹെൽമർ: അത് വീണ്ടും കുത്തിപ്പൊക്കാൻ നിനക്ക് ധൈര്യമുണ്ടായോ?

നോറ: ഉണ്ടായി, ഉണ്ടായി. ഞാൻ പറയുന്നത് താങ്കൾ ശ്രദ്ധിച്ചേ പറ്റൂ. ബാങ്കിലെ ജോലിയിൽ തുടരാൻ ക്രോഗ്സ്റ്റഡിനെ അനുവദിച്ചേ കഴിയൂ.

ഹെൽമർ: എന്റെ പൊന്നു നോറാ, അയാളുടെ ജോലിയാണ് ഞാൻ ക്രിസ്റ്റൈന് കൊടുക്കാൻ പോകുന്നത്.

നോറ: അതെ, അത് താങ്കളുടെ അളവില്ലാത്ത നന്മ. പക്ഷേ അയാൾക്ക് പകരം മറ്റൊരാളെ ഓഫീസിൽനിന്നും ഒഴിവാക്കാൻ താങ്കൾക്കു കഴിയില്ലേ?

ഹെൽമർ: ഇതാണ് മുരത്ത മർക്കട സ്വഭാവം! നീ മുൻ പിൻ ചിന്തയില്ലാതെ അയാൾക്കു വേണ്ടി വാദിക്കാമെന്ന് വാക്കു കൊടുത്തെന്നു വെച്ച്, നീ പ്രതീക്ഷിച്ചോ ഞാൻ...

നോറ: ഇത് അങ്ങനെയല്ല ടോർവാൾഡ്. ഇത് താങ്കളുടെ താല്പര്യം സംരക്ഷിക്കാൻ വേണ്ടി മാത്രമാണ്. താങ്കൾ തന്നെയാണ് എന്നോട് പറഞ്ഞത്, അയാൾ സകല മഞ്ഞപ്പത്രങ്ങളിലും എഴുതുന്ന ആളാണെന്ന്. അയാൾ കൈയ്യും കണക്കുമില്ലാതെ താങ്കളെ ദ്രോഹിക്കും. അയാൾ എന്നെ നടുക്കിക്കൊല്ലുന്നു...

ഹെൽമർ: ഓഹോ, ഇപ്പോൾ എനിക്ക് മനസ്സിലാവുന്നു, പഴയ സംഭവങ്ങളുടെ ഓർമ്മകളാണ് നിന്നെ ഭയപ്പെടുത്തുന്നത്.

നോറ: എന്താണിപ്പറയുന്നത്?

ഹെൽമർ: നീ ചിന്തിക്കുന്നത് നിന്റെ അച്ഛനെക്കുറിച്ചാണ്.

നോറ: അതെ... അതെ, അതാണ് വാസ്തവം. താങ്കളോർക്കുന്നുണ്ടല്ലോ, എന്തൊക്കെ ദുരാരോപണങ്ങളാണ് ആ നീചന്മാർ പത്രങ്ങളിൽ എഴുതി നിറച്ചതെന്ന്? സത്യമായും ഞാൻ വിശ്വസിക്കുന്നു, അവർ അച്ഛന്റെ ജോലി തെറിപ്പിക്കുമായിരുന്നു, മന്ത്രികാര്യാലയം

താങ്കളെത്തന്നെ അന്വേഷണത്തിനായി നിയമിച്ചില്ലായിരുന്നെങ്കിൽ, താങ്കൾ മഹാമനസ്കത കാണിച്ചില്ലായിരുന്നെങ്കിൽ.

ഹെൽമർ: എന്റെ പ്രിയപ്പെട്ട കുഞ്ഞുനോറാ, നിന്റെ അച്ഛനും ഞാനും തമ്മിൽ സുപ്രധാനമായൊരു വ്യത്യാസമുണ്ട്. നിന്റെ അച്ഛന്റെ ഔദ്യോഗികമായ ഇടപാടുകൾ പൂർണ്ണമായും സംശയാതീതമായിരുന്നില്ല. എന്റേയോ? മാത്രമല്ല, ഞാൻ ഈ സ്ഥാനത്തിരിക്കുന്നേടത്തോളം അത് കളങ്കരഹിതമായിത്തന്നെ തുടരും.

നോറ: പക്ഷേ ഈ തിന്മയുടെ ശക്തികൾ എന്തൊക്കെ കാട്ടിക്കൂട്ടുമെന്ന് ആർക്കും പ്രവചിക്കാനാവില്ല. ഇവിടെ നമുക്ക് സന്തോഷവും സംതൃപ്തിയുമുണ്ടാകണം, ശാന്തിയുടേയും സമാധാനത്തിന്റേതുമായ നമ്മുടെ ഈ വീട്ടിൽ - താങ്കൾക്കും എനിക്കും നമ്മുടെ മക്കൾക്കും. ടോർവാൾഡ്, അതുകൊണ്ടാണ് ഞാൻ യാചിക്കുന്നത്...

ഹെൽമർ: നീ എത്രകണ്ട് അയാൾക്കു വേണ്ടി വാദിക്കുന്നുവോ അത്രകണ്ട് അയാൾ എനിക്ക് അസ്വീകാര്യനാവുന്നു. ഞാൻ ക്രോഗ്സ്റ്റഡിന് പിരിച്ചുവിടൽ നോട്ടീസ് കൊടുക്കാൻ പോവുകയാണെന്ന് ബാങ്കിൽ എല്ലാവരും അറിഞ്ഞുകഴിഞ്ഞു. ഭാര്യയുടെ സാരോപദേശം കേട്ട് ഒരു തീരുമാനത്തിൽനിന്നും പിന്തിരിയുന്നവനാണ് പുതിയ മാനേജർ എന്ന് അവരെങ്ങാനുമറിഞ്ഞാൽ...

നോറ: എന്തുണ്ടാവും?

ഹെൽമർ: ഓ, ഒന്നുമില്ല! ഈ കുഞ്ഞുവനിതയുടെ പിടിവാശിക്കനുസരിച്ചാണ് കാര്യങ്ങൾ നടക്കാൻ പോകുന്നതെങ്കിൽ... ഓഫീസിൽ ഞാൻ സ്വയമൊരു പരിഹാസപാത്രമാവാൻ നീ ആഗ്രഹിക്കുന്നുണ്ടോ? ഏതുതരം ബാഹ്യസമ്മർദ്ദങ്ങൾക്കും വഴിപ്പെടുന്ന ഒരു ദുർബ്ബല മനസ്കനാണ് ഞാൻ എന്ന് ആളുകളെക്കൊണ്ട് പറയിപ്പിക്കാൻ? അതിന്റെ അനന്തരഫലങ്ങൾ എത്ര പെട്ടെന്ന് ഞാൻ അനുഭവിക്കേണ്ടിവരുമെന്ന് നിനക്കൊന്നു സങ്കൽപ്പിച്ചു നോക്കാം! അത് കൂടാതെ, ഞാൻ മാനേജരായിരിക്കുന്നേടത്തോളം ബാങ്കിൽ അയാളുടെ സാന്നിദ്ധ്യം അസാദ്ധ്യമാക്കുന്ന മറ്റൊരു പ്രശ്നം കൂടിയുണ്ട്.

നോറ: അതെന്താണ്?

ഹെൽമർ: കഴിവതും ഞാൻ അയാളുടെ ഭൂതകാലദൂഷ്യങ്ങൾ പൊറുക്കുമായിരുന്നു...

നോറ: തീർച്ചയായും താങ്കൾക്കതിന് കഴിയും ടോർവാൾഡ്!

ഹെൽമർ: പിന്നെ ജോലിയിൽ അയാളത്ര മേശമല്ല എന്നും ഞാൻ കേട്ടിട്ടുണ്ട്. പക്ഷേ, ചെറുപ്പം മുതൽ ഞങ്ങൾക്ക് ഏറെക്കുറെ നന്നായിത്തന്നെ പരസ്പരമറിയാം. അത് പിൽക്കാലത്ത് ശല്യമുണ്ടാക്കും വിധം അറിയാതെ പിണഞ്ഞുപോയ ഒരു ചങ്ങാത്തമായിരുന്നു. ഒരു കാലത്ത് ഞങ്ങൾ ആ വിധം പരിചയക്കാരായിരുന്നു എന്ന വസ്തുത നിന്നിൽനിന്നും ഒളിച്ചു വെക്കേണ്ട യാതൊരു കാര്യവുമില്ല. എന്നിട്ടിപ്പോൾ ഔചിത്യബോധം തൊട്ടുതീണ്ടിയിട്ടില്ലാത്ത ഈ മനുഷ്യൻ അക്കാര്യം മറച്ചുവെക്കാൻ യാതൊരു ശ്രമവും

നടത്തുന്നില്ല, പ്രത്യേകിച്ചും മറ്റുള്ളവരുടെ മുന്നിൽ. നേരെ മറിച്ച്, എന്നോട് തുല്യനിലയിൽ പെരുമാറാൻ തനിക്ക് സർവ്വാവകാശങ്ങളും ഉണ്ടെന്ന മട്ടിൽ 'ഹെൽമറേ അതാണ്' 'ഹെൽമറേ ഇതാണ്' എന്നൊക്കെ തൊള്ള തുറക്കുമ്പോഴെല്ലാം വിളിച്ചുകൂവാൻ ഇയാൾക്ക് യാതൊരു മടിയുമില്ല. എന്നെയത് എന്തെന്നില്ലാതെ അസഹ്യപ്പെടുത്തുകയാണ്. എന്റെ ബാങ്കുജീവിതത്തെ ഇയാൾ തീർത്തും ദുസ്സഹമാക്കും.

നോറ: ടോർവാൾഡ്, തീർച്ചയായും താങ്കളിത് കാര്യമായി പറഞ്ഞതല്ലല്ലോ?

ഹെൽമർ: ഓഹോ? എന്തുകൊണ്ടല്ല?

നോറ: അതോ, ഇത് ആകപ്പാടെ വലിയൊരല്പത്വമായതുകൊണ്ട്.

ഹെൽമർ: നീ പറയുന്നതെന്താണ്? അല്പത്വം? ഞാൻ ഒരല്പനാണെന്ന് നീ കരുതുന്നു?

നോറ: ഇല്ല, എന്റെ പ്രിയ ടോർവാൾഡ്, ഒട്ടുമില്ല! അതുകൊണ്ടാണ് ഞാൻ പറയുന്നത്....

ഹെൽമർ: അത് ഒരു വ്യത്യാസവും വരുത്തുന്നില്ല!... എന്റെ സമീപനങ്ങളെ നീ അല്പത്വമെന്നു വിളിക്കുന്നു. അതുകൊണ്ട് ഞാൻ അല്പനായേ പറ്റൂ. അല്പൻ! തീർച്ചയായും! ശരി, നമുക്കിതിന് ഒരു വിരാമം കുറിക്കാം, എന്നെന്നേക്കുമായി. (ഹാളിലേക്കുള്ള വാതിൽ തുറന്ന് വിളിക്കുന്നു.) ഹെലൻ!

നോറ: താങ്കൾ എന്തു ചെയ്യാൻ പോകുന്നു?

ഹെൽമർ: (കടലാസ്സുകളിൽ പരതിക്കൊണ്ട്) കാര്യങ്ങൾ ഒതുക്കാൻ. (പരിചാരിക അകത്തേക്ക് വരുന്നു.) ഈ കത്ത് കണ്ടോ? ഉടനെ നീ ഇതുമായി താഴേക്ക് പോകണം. ഒരു സന്ദേശവാഹകനെ കണ്ടുപിടിച്ച് ഇതു മേൽവിലാസക്കാരന്റെ കൈയിലെത്തിക്കാൻ ഏർപ്പാടു ചെയ്യണം. പെട്ടെന്ന്! ഇതാ, കൂലി കൊടുക്കാനുള്ള പണം.

പരിചാരിക: ശരി സാർ,

(അവൾ അതുമായി പോകുന്നു.)

ഹെൽമർ: (കടലാസുകൾ അടുക്കിക്കൊണ്ട്)കണ്ടല്ലോ,എന്റെ വാശിക്കുഞ്ഞ്.

നോറ: (സ്തബ്ധയായി) ടോർവാൾഡ്... ആ കത്ത് എന്തായിരുന്നു...?

ഹെൽമർ: ക്രോഗ്സ്റ്റഡിനുള്ള നോട്ടീസ്.

നോറ: അത് തിരിച്ചുവാങ്ങൂ ടോർവാൾഡ്! ഇപ്പോഴും സമയമുണ്ട്! ഓ, ടോർവാൾഡ്, അത് തിരിച്ചുവാങ്ങൂ! ദയവായി.... എനിക്കു വേണ്ടി, താങ്കൾക്കുവേണ്ടി, മക്കൾക്കുവേണ്ടി! ശ്രദ്ധിക്കൂ, ടോർവാൾഡ്, ദയവായി! തങ്കളറിയുന്നില്ല, അത് നമുക്ക് വരുത്തി വെക്കാൻ പോകുന്ന ദുരന്തം.

ഹെൽമർ: വളരെ വൈകിപ്പോയി.

നോറ: അതെ, വളരെ വൈകിപ്പോയി.

ഹെൽമർ: എന്റെ പ്രിയ നോറാ, നിന്റെ ഈ വ്യാകുലതയ്ക്ക് ഞാൻ മാപ്പ് തരുന്നു, ഇത് എന്നോടുള്ള ചെറിയൊരു അവഹേളനമാണെങ്കിലും.

അതെ, ഞാൻ പറയട്ടെ, ഇത് മറ്റൊന്നുമല്ല. ഈ നികൃഷ്ടനായ പേനയുന്തിക്ക് വല്ലതുമൊക്കെ എഴുതിപ്പിടിപ്പിച്ച് എന്നെ ഭയപ്പെടുത്താൻ കഴിയുമെന്ന നിന്റെ ഉൽക്കണ്ഠ എനിക്കുള്ള പ്രശംസയാവില്ലല്ലോ. അതിന് നിന്നോടു ഞാൻ പൊറുക്കുന്നു. കാരണം, ഇത് നിനക്കെന്നോടുള്ള അഗാധമായ സ്നേഹം പ്രകടിപ്പിക്കാനുള്ള സവിശേഷമായൊരുപായമാണ്. (അവളെ അടുക്കിപ്പിടിച്ചുകൊണ്ട്) എന്റെ എല്ലാമെല്ലാമായ നോറാ, ജീവിതം ഇങ്ങനെയൊക്കെയായിരിക്കും. ഇതിന്റെ പേരിൽ എന്തുതന്നെ സംഭവിച്ചാലും അതെല്ലാം നേരിടാനുള്ള കരുത്തും ധൈര്യവും എനിക്കുണ്ടെന്ന് വിശ്വസിക്കുക. എല്ലാം തന്നത്താൻ ഏറ്റെടുക്കുവാൻ കഴിവുള്ള ഒരു പുരുഷനാണ് ഞാൻ എന്നു നീ കാണാൻ പോകുന്നു.

നോറ: (ഭയചകിതയായി) താങ്കൾ എന്താണുദ്ദേശിക്കുന്നത്?

ഹെൽമർ: ഞാൻ പറഞ്ഞല്ലോ, എല്ലാം...

നോറ: (സ്വയം ധൈര്യപ്പെടുത്തുംപോലെ) അത് താങ്കൾക്കേറ്റെടുക്കാവുന്ന ഒന്നല്ല, ഒരിക്കലും, ഒരിക്കലും.

ഹെൽമർ: എങ്കിൽ അങ്ങനെയാവട്ടെ, അപ്പോൾ നമുക്കത് പങ്കുവെക്കാം നോറാ - ഭാര്യയും ഭർത്താവും എന്ന നിലയിൽ. അതാണ് നമ്മൾ ചെയ്യാൻ പോകുന്നത്. എന്താ, ഇപ്പോൾ സന്തോഷമായില്ലേ? ഏയ്, ഏയ്, ഇങ്ങനെ ഭയം നിറഞ്ഞ കണ്ണുകളുമായി എന്നെ നോക്കല്ലേ, പേടിച്ചരണ്ട കുഞ്ഞുപ്രാവിനെപ്പോലെ. എല്ലാം നിന്റെ വെറും ഭാവനയാണ്- എന്തുകൊണ്ട് നീ നൃത്തം പരിശീലിക്കുന്നില്ല, ഡക്ക കൈയിലെടുക്കുന്നില്ല? ഞാൻ എന്റെ മുറിയിലേക്കു പോയി വാതിലുകൾ രണ്ടും അടച്ചേക്കാം. അപ്പോൾ ഞാൻ യാതൊന്നും കേൾക്കില്ല. നീ എത്ര വേണമെങ്കിലും ഒച്ചയെടുത്തോളൂ (വാതിൽക്കലെത്തി തിരിഞ്ഞുനിന്ന്) ഡോക്ടർ റാങ്ക് വരുമ്പോൾ എന്റടുത്തേക്ക് പറഞ്ഞുവിടൂ.

(അയാൾ അവളോട് തലയാട്ടുന്നു, കടലാസുകളുമായി തന്റെ മുറിയിലേക്ക് പോകുന്നു. അയാൾക്കു പിന്നിൽ വാതിലടയുന്നു.)

നോറ: (ഭയാക്രാന്തയായി സ്തംഭിച്ചുനിൽക്കുന്നു) അതിനുള്ള കരുത്ത് അദ്ദേഹത്തിനുണ്ട്! അദ്ദേഹം അതു ചെയ്യും! എന്തൊക്കെ സംഭവിച്ചാലും അദ്ദേഹം അതിനെ നേരിടും! - ഇല്ല, ഒരിക്കലും അതുണ്ടാകരുത്! അതൊഴിച്ച് മറ്റെന്തും സംഭവിച്ചോട്ടെ! ആരെന്നെ സഹായിക്കും? പുറത്തേക്കൊരു വഴി...? (ഹാളിൽ ഡോർബെൽ മുഴങ്ങുന്നു) ഡോക്ടർ റാങ്ക്...! അതു മാത്രം സംഭവിക്കരുത്. അതു മാത്രം! (മുഖം തുടക്കുന്നു. ആത്മനിയന്ത്രണം പാലിച്ചുകൊണ്ട് ഹാളിലേക്കുള്ള വാതിൽ തുറക്കുന്നു. ഡോക്ടർ റാങ്ക് തന്റെ രോമക്കോട്ട് ഹാളിൽ തൂക്കിയിടുന്നതു കാണാം. തുടർന്നുവരുന്ന സംഭാഷണങ്ങൾക്കൊപ്പം രംഗം പതുക്കെ ഇരുളുന്നു.) ഹലോ, ഡോക്ടർ റാങ്ക്, താങ്കളുടെ ബെൽ ഞാൻ തിരിച്ചറിഞ്ഞു. ഒരല്പനേരത്തേക്ക് അങ്ങോട്ട് പോകാതിരിക്കാമോ, ടോർവാൾഡ് തിരക്കിലാണെന്ന് തോന്നുന്നു.

ഡോ.റാങ്ക്: നിങ്ങളോ?

(ഡോകടർ റാങ്ക് മുറിയിലേക്ക് പ്രവേശിക്കുന്നു. അവൾ അയാൾക്കു പിന്നിൽ വാതിലടക്കുന്നു.)

നോറ: ഓ, താങ്കൾക്ക് നന്നായറിയാം; താങ്കൾക്കായി എനിക്കെപ്പോഴും സമയമുണ്ട്.

ഡോ.റാങ്ക്: നിങ്ങൾക്കു നന്ദി. എനിക്ക് സാധിക്കുന്ന കാലത്തോളം ഈ പ്രത്യേകാനുകൂല്യം ഞാൻ പ്രയോജനപ്പെടുത്തിക്കൊള്ളാം.

നോറ: എന്താണിതിനർത്ഥം - സാധിക്കുന്ന കാലത്തോളം?

ഡോ.റാങ്ക്: അതു നിങ്ങളെ ഭയപ്പെടുത്തുന്നുണ്ടോ?

നോറ: എന്തോ, അത് വളരെ അസാധാരണമായി തോന്നുന്നു. വിശേഷിച്ചെന്തെങ്കിലും സംഭവിക്കാൻ സാദ്ധ്യതയുണ്ടോ?

ഡോ.റാങ്ക്: കുറേയായി ഞാൻ പ്രതീക്ഷിച്ചിരുന്നതു മാത്രം. പക്ഷേ അതിത്ര പെട്ടെന്നുണ്ടാകുമെന്ന് വിചാരിച്ചില്ല.

നോറ: (അയാളുടെ കൈ പിടിച്ച്) താങ്കൾ എന്താണ് കണ്ടെത്തിയത്, അത് എന്നോട് പറഞ്ഞേ പറ്റൂ, ഡോക്ടർ റാങ്ക്!

ഡോ.റാങ്ക്: ഞാൻ പതുക്കെ കുഴിയിലേക്ക് നീങ്ങിക്കൊണ്ടിരിക്കുന്നു. അതിന് യാതൊരു പരിഹാരവുമില്ല.

നോറ: (ആശ്വാസ നിശ്വാസം) ഓ, അപ്പോൾ താങ്കൾ താങ്കളെക്കുറിച്ചാണ്...

ഡോ.റാങ്ക്: മറ്റാരെക്കുറിച്ച്? സ്വയം കബളിപ്പിക്കുന്നതിൽ കാര്യമില്ല. എന്റെ രോഗികളിലേക്കും രോഗാതുരൻ ഞാനാണ്, മിസിസ് ഹെൽമർ. ഇക്കഴിഞ്ഞ ഏതാനും ദിവസങ്ങളായി ഞാൻ എന്റെ ആന്തരിക സമ്പദ്‌വ്യവസ്ഥയെക്കുറിച്ച് സൂക്ഷ്മമായൊരു വിശകലനം നടത്തുകയായിരുന്നു. പാപ്പർ! ഒരു മാസത്തിനകം ഞാൻ പള്ളിപ്പറമ്പിലെ ശ്മശാനത്തിൽ കിടന്നഴുകാനുള്ള സാദ്ധ്യത കാണുന്നു.

നോറ: ഇതു പറയാനാണോ ഇപ്പോൾ വന്നത്, എന്തു ബീഭത്സം!

ഡോ.റാങ്ക്: ശപിക്കപ്പെട്ട സകലതും ബീഭത്സം. എന്നാൽ ഏറ്റവും ബീഭത്സമായതിനെ ആദ്യം പരിശോധിക്കേണ്ടിവരുന്നതാണ് പരിതാപകരം. ഒരു പരീക്ഷണം കൂടിയേ ഇനി എനിക്ക് ചെയ്യാനുള്ളൂ. അതും ചെയ്തുകഴിയുമ്പോൾ എനിക്ക് വ്യക്തമായി മനസ്സിലാവും അവസാനത്തെ വിഘടനം എപ്പോഴാണ് തുടങ്ങുന്നതെന്ന്. നിങ്ങളോട് ഒരു കാര്യമാരായാൻ ഞാൻ ആഗ്രഹിക്കുന്നുണ്ട്. ഹെൽമർ സൂക്ഷ്മസംവേദിയാണ്; അസുഖകരമായ എന്തിനേയും അദ്ദേഹം വെറുക്കും. അദ്ദേഹം എന്നെ സന്ദർശിക്കുന്നത് ഞാൻ ഇഷ്ടപ്പെടുന്നില്ല.

നോറ: പക്ഷേ ഡോക്ടർ റാങ്ക്...

ഡോ.റാങ്ക്: യാതൊരു കാരണവശാലും അദ്ദേഹം എന്നെ വന്നു കാണരുത്. എനിക്കതു സഹിക്കാനാവില്ല. ഞാൻ അദ്ദേഹത്തിനു നേരെ വാതിൽ കൊട്ടിയടക്കും- പരിതാപകരമായത്, ഏറ്റവും മോശമായത്- തീർച്ചപ്പെട്ടാൽ ഞാൻ നിങ്ങൾക്ക് എന്റെ വിസിറ്റിങ്ങ് കാർഡയക്കും, കറുത്ത കുരിശടയാളം ആലേഖനം ചെയ്തുകൊണ്ട്. അപ്പോൾ നിങ്ങൾക്ക് മനസ്സിലാക്കാം കരാളമായ അന്ത്യവിഘടനം ആരംഭിച്ചതായി.

നോറ: വാസ്തവത്തിൽ, താങ്കളിന്ന് തീർത്തും അസംബന്ധാവസ്ഥയിലാണ്. അതും, തികഞ്ഞ സന്മനോഭാവത്തിലായിരിക്കണം താങ്കൾ എന്നു ഞാൻ പ്രതീക്ഷിച്ചുകൊണ്ടിരുന്ന ഈ നേരത്ത്.

ഡോ.റാങ്ക്: മരണം എന്റെ മുഖത്തു നോക്കി പല്ലിളിക്കുമ്പോഴോ? മറ്റൊരാളുടെ പാപങ്ങൾ എന്തിനു ഞാൻ സഹിക്കണം? അതിൽ എന്താണൊരു നീതി? ഒരുതരത്തിലല്ലെങ്കിൽ മറ്റൊരു തരത്തിൽ, ഓരോ കുടുംബവും ഇത്തരം ക്രൂരമായ ശിക്ഷാവിധികൾ സഹിച്ചു കൊണ്ടിരിക്കുന്നു...

നോറ: (കാതുകൾ പൊത്തിക്കൊണ്ട്) ശുദ്ധഭ്രാന്ത്! മറ്റെന്തെങ്കിലും പറയൂ!

ഡോ.റാങ്ക്: ശരിയാണ്, വാസ്തവത്തിൽ ഇതെല്ലാം ഭയങ്കരമായൊരു ഫലിതമല്ലാതെ മറ്റൊന്നുമല്ല. അതെ, എന്റെ നിർദ്ദോഷമായ നട്ടെല്ല് എന്റെ അച്ഛന്റെ വിഷയാസക്തവും പാപപങ്കിലവുമായ ജീവിതത്തിന് പ്രായശ്ചിത്തം ചെയ്തേ പറ്റൂ.

നോറ: (ഇടതുവശത്തെ മേശയ്ക്കരികിൽ) അദ്ദേഹം വില കൂടിയ, രുചിയേറിയ ഭക്ഷ്യവിഭവങ്ങൾ ധാരാളം കഴിക്കുമായിരുന്നു, അല്ലേ?

ഡോ.റാങ്ക്: പിന്നെ! ഒപ്പം കണക്കില്ലാതെ പോർട്ട് വൈനും ഷാംപെയ്നും.

നോറ: എല്ലാം കൂടിച്ചേർന്ന് ഒരു നട്ടെല്ലിനെ ഇങ്ങനെ ആക്രമിക്കുന്നത് ദയനീയം തന്നെ.

ഡോ.റാങ്ക്: പ്രത്യേകിച്ചും അവയുടെ രസികത്തം ഒരിക്കലും അറിഞ്ഞിട്ടില്ലാത്ത ഒരു പാവം നട്ടെല്ലിനെ.

നോറ: അതെ, അത് പരമ ദയനീയം.

ഡോ.റാങ്ക്: (അവളെ തുളച്ചുകയറും വിധം നോക്കിക്കൊണ്ട്) ഹും...

നോറ: (ഒരു നിമിഷത്തെ വിരാമം.) എന്താ ചിരിച്ചത്?

ഡോ.റാങ്ക്: ഞാനല്ല, നിങ്ങളാണ് ചിരിച്ചത്.

നോറ: ഹേയ്, ഡോക്ടർ റാങ്ക്, താങ്കളാണ് ചിരിച്ചത്!

ഡോ.റാങ്ക്: (എഴുന്നേൽക്കുന്നു) ഞാൻ വിചാരിച്ചതിലും കുസൃതിയാണ് നിങ്ങൾ.

നോറ: ഇന്ന് എന്റെ മനസ്സു നിറയെ കുസൃതിയാണ്.

ഡോ.റാങ്ക്: എന്നു തോന്നുന്നുണ്ട്.

നോറ: (അയാളുടെ ചുമലുകളിൽ കൈയിട്ടുകൊണ്ട്) എത്രയും, എത്രയും പ്രിയപ്പെട്ട ഡോക്ടർ റാങ്ക്, ടോർവാൾഡിനേയും എന്നെയും തനിച്ചാക്കിക്കൊണ്ട് പോയങ്ങു മരിച്ചുകളയരുത്.

ഡോ.റാങ്ക്: എന്റെ തിരോധാനം നിങ്ങളെ ഏറെക്കാലം അലട്ടുകയില്ല. നിങ്ങൾ പോയ്ക്കഴിയുന്നതോടെ നിങ്ങൾ വിസ്മരിക്കപ്പെടും.

നോറ: (ഉൽക്കണ്ഠയോടെ അയാളെ നോക്കിക്കൊണ്ട്) അങ്ങനെയാണോ താങ്കൾ ചിന്തിക്കുന്നത്?

ഡോ.റാങ്ക്: ആളുകൾ പുതിയ ബന്ധങ്ങളുണ്ടാക്കുന്നു, അപ്പോൾ...

നോറ: പുതിയ ബന്ധങ്ങൾ ആരുണ്ടാക്കുന്നു?

ഡോ.റാങ്ക്: നോറയും ഹെൽമറും ചേർന്നുണ്ടാക്കും, ഞാൻ യാത്രയാകുന്നതോടെ. നോറ സ്വന്തം നിലയിൽ അത് തുടങ്ങിക്കഴിഞ്ഞതായും

എനിക്ക് തോന്നുന്നു. ഈ മിസിസ് ലിൻഡെ ഇന്നലെ രാത്രി എന്തിനാണിവിടെ വന്നത്?

നോറ: എന്തായാലും പാവം ക്രിസ്റ്റിനോട് താങ്കൾക്ക് അസഹിഷ്ണുതയൊന്നുമില്ലല്ലോ?

ഡോ.റാങ്ക്: ഉണ്ട്, എനിക്കുണ്ട്. ഈ വീട്ടിൽ അവളായിരിക്കും എന്റെ പിൻഗാമി. എന്റെ അന്ത്യത്തോടെ ആ സ്ത്രീ...

നോറ: ശ്ശ്! പതുക്കെപ്പറയൂ. അവൾ ഇവിടെ അകത്തുണ്ട്.

ഡോ.റാങ്ക്: ഇന്നുമുണ്ടോ? ഇപ്പോൾ എന്തായി, ഞാൻ പറഞ്ഞത് ഒത്തുവന്നില്ലേ!

നോറ: എന്റെ നൃത്തവേഷം ഇത്തിരി തുന്നിത്തരാൻ മാത്രം വന്നതാണ്. എന്റീശ്വരാ, എന്തൊരസംബന്ധമാണിത്! (സോഫയിൽ ചെന്നിരിക്കുന്നു.) ഡോക്ടർ റാങ്ക്, ഇനിയെങ്കിലും ഉല്ലാസവാനാകൂ. ഞാൻ എത്ര മനോഹരമായി നൃത്തം ചെയ്യുമെന്ന് നാളെ താങ്കൾക്കു കാണാം. തങ്കൾക്ക് സങ്കൽപ്പിക്കാം, ഞാനതു ചെയ്യുന്നത് താങ്കൾക്കുവേണ്ടിത്തന്നെയാണെന്ന് - തീർച്ചയായും, അതുപോലെ ടോർവാൾഡിനു വേണ്ടിയും. (പെട്ടിയിൽനിന്നും പലതരം വസ്തുക്കൾ പുറത്തെടുക്കുന്നു) ഇങ്ങോട്ടു വരൂ, ഡോക്ടർ റാങ്ക്, ചിലതൊക്കെ താങ്കളെ കാണിക്കാൻ ഞാനാഗ്രഹിക്കുന്നു.

ഡോ: റാങ്ക്: (ഇരിക്കുന്നു) ഇതെന്താണ്?

നോറ: നോക്കൂ!

ഡോ.റാങ്ക്: സിൽക്ക് കാലുറകൾ.

നോറ: ശരീരത്തിന്റെ നിറമുള്ളവ! കാണാൻ നല്ല ഭംഗിയില്ലേ? ഓ, ഇവിടെ ഇപ്പോൾ ഇരുട്ടായി. എന്നാൽ നാളെ... പാടില്ല, പാടില്ല, താങ്കൾ എന്റെ കാലടികൾ മാത്രമേ നോക്കാവൂ. ഓ, ശരി, ഒരല്പം കൂടി മേൽപ്പോട്ട് നോക്കിക്കോളൂ.

ഡോ.റാങ്ക്: ഹ്മം...

നോറ: എന്താണിങ്ങനെ വിമർശനപരമായി നോക്കുന്നത്? ഇവ എനിക്ക് ചേരുന്നില്ലേ?

ഡോ.റാങ്ക്: അതിനെക്കുറിച്ച് ആധികാരികമായി പറയാൻ ആളല്ല ഞാൻ

നോറ: (ഒരു നിമിഷം അയാളെത്തന്നെ നോക്കി) നാണമില്ലല്ലോ. (കാലുറകൾകൊണ്ട് അയാളുടെ ചെവിയുടെ ഭാഗത്ത് മൃദുവായി തല്ലുന്നു) ഇത് വെച്ചോ! (അവ മടക്കി വെക്കുന്നു)

ഡോ.റാങ്ക്: ഇനി എന്തൊക്കെ കാണാൻ എനിക്കനുവാദമുണ്ട്?

നോറ: ഇനി ഒന്നിനുമില്ല. അത്ര വികൃതിയാണ് താങ്കൾ. (പാട്ട് മൂളിക്കൊണ്ട് തന്റെ വസ്തുക്കളിൽ എന്തോ പരതുന്നു.)

ഡോ.റാങ്ക്: (അല്പനേരത്തെ നിശ്ശബ്ദതയ്ക്കു ശേഷം) നിങ്ങൾക്കൊപ്പം ഇത്രയും ഗാഢസൗഹൃദത്തോടെ ഇവിടെ ഇങ്ങനെ ഇരിക്കുമ്പോൾ, എനിക്ക് സങ്കല്പിക്കാൻ കഴിയുന്നില്ല... ഞാൻ ഈ വീട്ടിൽ എത്തിപ്പെട്ടില്ലായിരുന്നെങ്കിൽ എന്റെ അവസ്ഥ എന്തായിപ്പോകുമായിരുന്നു എന്ന് ചിന്തിക്കാൻ പോലും കഴിയുന്നില്ല.

നോറ: (പുഞ്ചിരിക്കുന്നു) അതെ, ഈ സന്ദർശനങ്ങൾ താങ്കൾ ആസ്വദിക്കു ന്നുണ്ടെന്ന് ഞാൻ കരുതുന്നു.

ഡോ.റാങ്ക്: (മുന്നിലേക്ക് നിർന്നിമേഷം നോക്കിക്കൊണ്ട് താഴ്ന്ന സ്വരത്തിൽ) ഇതെല്ലാം വിട്ടു പോകണമല്ലോ എന്നാലോചിക്കുമ്പോൾ...

നോറ: അസംബന്ധം. അങ്ങനെ പോകുന്നില്ല.

ഡോ.റാങ്ക്: (അതേ സ്വരത്തിൽ)... കൃതജ്ഞതയുടെ നേർത്തൊരടയാളം പോലും പിന്നിലവശേഷിപ്പിക്കാൻ സാദ്ധ്യമാകാതെ, ക്ഷണിക മായൊരു നഷ്ടബോധമെങ്കിലും... തുടർന്നു വരുന്ന മറ്റൊരാൾക്ക് നികത്താനാവുംവിധം വെറുമൊരു ശൂന്യസ്ഥലം മാത്രം പിന്നിൽ വിട്ടുകൊണ്ട്...

നോറ: താങ്കളോട് ഞാൻ ഒരു കാര്യം ആവശ്യപ്പെടുകയാണെന്നുവെച്ചാൽ... അല്ല...

ഡോ.റാങ്ക്: എന്താണ്?

നോറ: താങ്കൾക്ക് എന്നോടുള്ള സൗഹൃദത്തിന്റെ വ്യാപ്തി വെളിപ്പെടുത്തു വാൻ...

ഡോ.റാങ്ക്: നോറാ?

നോറ: ഞാനുദ്ദേശിക്കുന്നത്.... എനിക്കു വേണ്ടി ചെയ്യാവുന്ന വളരെ വലിയൊരു സഹായം...

ഡോ.റാങ്ക്: വാസ്തവത്തിൽ, അങ്ങനെയൊരാനന്ദം ഒരിക്കലെങ്കിലും എനി ക്കുണ്ടാവാൻ, അവസരം തരുമോ നിങ്ങൾ?

നോറ: അത് എന്താണെന്ന് താങ്കൾക്ക് പിടികിട്ടിയില്ലല്ലോ.

ഡോ.റാങ്ക്: ഒരു പിടിയുമില്ല. എന്നോട് പറയൂ.

നോറ: ഇല്ല, സത്യത്തിൽ എനിക്കതിന് കഴിയുന്നില്ല, ഡോ. റാങ്ക്. അത് ആകപ്പാടെ ആവശ്യപ്പെടാനാവാത്തത്രയും വലിയ... എന്തുകൊണ്ടെ ന്നാൽ എനിക്കു വേണ്ടത് താങ്കളുടെ ഉപദേശം, പിന്തുണ, കൂടാതെ...

ഡോ.റാങ്ക്: അത് എത്ര കൂടുതലോ അത്രയും നന്ന്. നിങ്ങളുടെ മനസ്സിൽ എന്താണെന്ന് എനിക്ക് സങ്കൽപ്പിക്കാനാവുന്നില്ല. എങ്കിലും, ഏതു വിധത്തിലായാലും എന്നോട് പറയുക. നിങ്ങൾക്കെന്നെ വിശ്വാസ മാണല്ലോ, അല്ലേ?

നോറ: അതെ, എനിക്കറിയാവുന്ന മറ്റാരെക്കാളും താങ്കളെ ഞാൻ വിശ്വസിക്കുന്നു. താങ്കൾ എന്റെ ഉത്തമ സുഹൃത്താണ്; ഏറ്റവും വിശ്വസ്തനായ സുഹൃത്ത്. എനിക്ക് അതറിയാം. അതുകൊണ്ടാണ് ഞാൻ താങ്കളോട് പറയുന്നത്. അപ്പോൾ ശരി, ഡോക്ടർ റാങ്ക്, ഒരു സംഭവപരിണാമത്തെ തടയാൻ താങ്കൾ എന്നെ സഹായി ക്കണം. താങ്കൾക്കറിയാമല്ലോ, എത്ര അഗാധമായാണ്, എത്ര തീവ്രമായാണ് ടോർവാൾഡ് എന്നെ സ്നേഹിക്കുന്നതെന്ന്. എനിക്കു വേണ്ടി സ്വന്തം ജീവിതം ബലി കഴിക്കാൻ ഒരിക്കലും ഒരു നിമിഷംപോലും മടിക്കുകയില്ല അദ്ദേഹം.

ഡോ.റാങ്ക്: (അവൾക്കു നേരെ കുനിഞ്ഞ്) നോറാ... നോറ വിചാരിക്കുന്നുവോ ആ ഒരാളൊഴിച്ച് മറ്റാരും...?

നോറ: (നേർത്ത വിറങ്ങലിപ്പോടെ) മറ്റാരും....?

ഡോ.റാങ്ക്: മറ്റാരും നോറയ്ക്കു വേണ്ടി സന്തോഷപൂർവ്വം സ്വന്തം ജീവിതം സമർപ്പിക്കുകയില്ലെന്ന്?

നോറ: (ഖേദപൂർവ്വം) ഓ!

ഡോ.റാങ്ക്: ഞാൻ പോകുംമുമ്പ് നോറ അതറിയണമെന്ന നിർബന്ധം എനിക്കുണ്ട്. ഇനിയൊരിക്കലും ഇത്രയും നല്ലൊരവസരം എനിക്ക് കിട്ടുകയില്ല. ശരി, നോറ! ഇപ്പോൾ നിങ്ങൾക്കറിയാം. മറ്റാരെക്കാളും നിങ്ങൾക്കെന്നെ വിശ്വാസത്തിലെടുക്കാമെന്നും ഇപ്പോൾ നിങ്ങൾക്കു വ്യക്തമാണ്.

നോറ: (എഴുന്നേറ്റ് അക്ഷോഭ്യമായും ശാന്തമായും) ഞാൻ പോയ്ക്കോട്ടെ.

ഡോ.റാങ്ക്: (അവൾക്ക് കടന്നുപോകാൻ വഴി കൊടുത്തുകൊണ്ട്, എന്നാൽ അവിടെത്തന്നെ ഇരുന്നുകൊണ്ടും) നോറാ...

നോറ: (ഹാളിന്റെ വാതിൽക്കൽ) ഹെലൻ, ദയവായി വിളക്ക് കൊണ്ടുവരൂ. (സ്റ്റോവിനടുത്തേക്ക് നടക്കുന്നു) ഹോ, എന്റെ പ്രിയപ്പെട്ട ഡോക്ടർ റാങ്ക്, വാസ്തവത്തിൽ താങ്കൾ എന്നെ ഞെട്ടിച്ചുകളഞ്ഞു.

ഡോ.റാങ്ക്: (എഴുന്നേൽക്കുന്നു) നിങ്ങളുടെ ഓരോ അംശത്തെയും ഞാൻ സ്നേഹിച്ചതോ, മറ്റൊരാൾ സ്നേഹിക്കുന്നത്രയും? അതാണോ ഞെട്ടിച്ചത്?

നോറ: അല്ല. പക്ഷേ അതിങ്ങനെ തുറന്നടിച്ച് പറയേണ്ടിയിരുന്നില്ല. അത് അത്രമേൽ അനാവശ്യമാണെന്നിരിക്കെ...

ഡോ.റാങ്ക്: എന്താണിതിനർത്ഥം? നിങ്ങൾക്കറിയാമായിരുന്നോ...?

(പരിചാരിക വിളക്കുമായി വരുന്നു, അത് മേശമേൽ വെക്കുന്നു, പുറത്തേക്ക് പോകുന്നു.)

ഡോ.റാങ്ക്: നോറാ... മിസിസ് ഹെൽമർ.... ഞാൻ ചോദിച്ചത് നിങ്ങൾക്കറിയാമായിരുന്നോ എന്നാണ്.

നോറ: എനിക്ക് അറിയാമെന്നോ ഇല്ലെന്നോ എങ്ങനെ ഞാൻ പറയും. എനിക്കത് പറയാൻ ആവില്ലതന്നെ... ഹൊ, തങ്കൾക്കെങ്ങനെ ഇത്ര വിലക്ഷണമായി സംസാരിക്കാൻ കഴിയുന്നു ഡോക്ടർ റാങ്ക്, എല്ലാമെല്ലാം എത്രയും ഹൃദ്യമായിരിക്കെ.

ഡോ.റാങ്ക്: എന്തായാലും ശരി, ഇപ്പോൾ നിങ്ങൾക്കറിയാം, ഞാൻ നിങ്ങളുടെ ദാസനാണെന്ന്, മനസ്സുകൊണ്ടും ശരീരംകൊണ്ടും. അതുകൊണ്ട് നിങ്ങൾക്ക് തുറന്നുപറയാം.

നോറ: (അയാളുടെ നേരെ നോക്കിക്കൊണ്ട്) ഇനിയോ?

ഡോ.റാങ്ക്: അത് എന്താണെന്നു പറയാൻ ഞാൻ നിങ്ങളോട് യാചിക്കുന്നു.

നോറ: ഇനി താങ്കളോടെനിക്ക് യാതൊന്നും പറയാൻ കഴിയില്ല.

ഡോ.റാങ്ക്: പറഞ്ഞേ കഴിയൂ. ഈ വിധത്തിൽ എന്നെ മുറിവേൽപ്പിക്കരുത്. എനിക്കൊരവസരം തരൂ - മനുഷ്യസാദ്ധ്യമായതെന്തും ഞാൻ ചെയ്യാം.

നോറ: ഈ നിലയ്ക്ക് എനിക്കു വേണ്ടി താങ്കൾ യാതൊന്നും ചെയ്യരുത്. വാസ്തവത്തിൽ യാതൊരു സഹായവും എനിക്കാവശ്യമില്ല. അതെല്ലാം എന്റെ വെറും ഭാവനയായിരുന്നു. അതാണ് സത്യം. നിശ്ചയമായും! (ആട്ടുകസേരയിലിരിക്കുന്നു. അയാളെ നോക്കി പുഞ്ചിരിക്കുന്നു)

പറയാതെ വയ്യ, താങ്കൾ ഒരു നല്ല മനുഷ്യനാണ് ഡോക്ടർ റാങ്ക്! ഇപ്പോൾ താങ്കൾക്കു തന്നെ താങ്കളെക്കുറിച്ച് ലജ്ജിക്കാൻ തോന്നുന്നില്ലേ, ഈ വിളക്കിന്റെ പ്രകാശത്തിൽ?

ഡോ.റാങ്ക്: ഇല്ല, ഒട്ടുമില്ല. ങാ, ഇനി ഒരുപക്ഷേ ഞാൻ വിട വാങ്ങുന്നതായിരിക്കും നല്ലത് - എന്നെന്നേക്കുമായി.

നോറ: അരുത്. താങ്കൾ അതു ചെയ്യരുത്. പതിവുപോലെ താങ്കൾ ഇവിടെ വന്നുകൊണ്ടിരിക്കണം. താങ്കളുടെ തിരോധാനം ടോർവാൾഡിനു താങ്ങാനാവില്ല.

ഡോ.റാങ്ക്: നിങ്ങൾക്കോ?

നോറ: താങ്കൾ എല്ലായ്പ്പോഴും എന്നെ അത്യധികം രസിപ്പിച്ചിട്ടുണ്ട്.

ഡോ.റാങ്ക്: യഥാർത്ഥത്തിൽ അതാണെന്നെ തെറ്റായ നിഗമനങ്ങളിലേക്ക് നയിച്ചത്. നിങ്ങളെ ഒരു പ്രഹേളികയായി കാണാൻ എനിക്ക് കഴിഞ്ഞില്ല. മിക്കപ്പോഴും എനിക്ക് തോന്നുമായിരുന്നു, ഹെൽമറിൽ എന്നപോലെ എന്നിലും നിങ്ങൾ തല്പരയാണെന്ന്.

നോറ: പക്ഷേ, താങ്കൾക്ക് മനസ്സിലാക്കാമല്ലോ, ചിലരെ നമുക്ക് അഗാധമായി സ്നേഹിക്കാം, എന്നാൽ മറ്റു ചിലരുമായി സഹവാസമേ സാദ്ധ്യമാകൂ.

ഡോ.റാങ്ക്: ശരിയാണ്, ഇപ്പറഞ്ഞതിൽ കഴമ്പുണ്ട്.

നോറ: എന്റെ ചെറുപ്പകാലത്ത് ഞാൻ ഏറ്റവും സ്നേഹിച്ചത് അച്ഛനെയായിരുന്നു, ഉറപ്പ്. എന്നാൽ വേലക്കാരികളുടെ മുറിയിലേക്ക് പതുങ്ങി ച്ചെല്ലുന്നത് ഞാൻ വലിയ തമാശയായി കരുതിയിരുന്നു. അതിന് ഒരു കാരണം അവർ എന്നോട് ഒരിക്കലും ധാർമ്മിക പ്രസംഗങ്ങൾ നടത്തിയിരുന്നില്ല എന്നതാണ്. മറിച്ച് അവർ അന്നത്തെ എനിക്ക് ആവേശകരമായ കാര്യങ്ങളെക്കുറിച്ചാണ് സംസാരിച്ചിരുന്നത്.

ഡോ.റാങ്ക്: ആഹാ! അപ്പോൾ അവരുടെ റോളായിരുന്നു എനിക്കിവിടെ!

നോറ: (ചാടിയെഴുന്നേറ്റ് അയാളുടെ അടുത്ത് ചെന്ന്) ഹോ, എന്റെ പ്രിയപ്പെട്ട, കാരുണ്യവാനായ ഡോക്ടർ റാങ്ക്, അങ്ങനെ ഞാൻ അശേഷം ഉദ്ദേശിച്ചിട്ടില്ല. പക്ഷേ, താങ്കൾക്കറിയാമല്ലോ, അച്ഛന്റെ കൂടെ കഴിയുന്നതുപോലെത്തന്നെയാണ് കുറച്ചൊക്കെ ടോർവാൾഡിന്റെ കൂടെ കഴിയുന്നതും...

(ഹാളിൽനിന്നും പരിചാരിക പ്രവേശിക്കുന്നു)

പരിചാരിക: കുഞ്ഞേ, ദയവുണ്ടായി...

(അവൾ എന്തോ മന്ത്രിക്കുകയും ഒരു കാർഡ് നോറയ്ക്ക് കൈമാറുകയും ചെയ്യുന്നു.

നോറ: (കാർഡിലേക്ക് കണ്ണോടിച്ച്) ങാ!

(അവൾ അത് പോക്കറ്റിലേക്ക് താഴ്ത്തുന്നു)

ഡോ.റാങ്ക്: പ്രശ്നം വല്ലതും?

നോറ: ഇല്ല, ഇല്ല, ഒന്നുമില്ല. അത് ഇത്രേയുള്ളൂ... എന്റെ പുതുവസ്ത്രം....

ഡോ.റാങ്ക്: അതെങ്ങനെ? പുതുവസ്ത്രം ഇതാ, ഇവിടെ കിടക്കുന്നു.

നോറ: അതെ, ഇതൊന്ന്. പക്ഷേ മറ്റൊന്നുകൂടിയുണ്ട്. ഞാൻ പ്രത്യേകം വരുത്തിച്ചത്. ടോർവാൾഡ് അതിനെക്കുറിച്ചറിയരുത്...

ഡോ.റാങ്ക്: ഓ, അപ്പോൾ അതാണ് ആ വലിയ രഹസ്യം, അല്ലേ!

നോറ: അതെ, അതാണ കാര്യം. ഇനി താങ്കളൊന്ന് അകത്തേക്ക പോയി അദ്ദേഹത്തെ കാണണമോ? അദ്ദേഹം പഠനമുറിയിലുണ്ട്. തൽക്കാലം വല്ലതുമൊക്കെ പറഞ്ഞ് അവിടെത്തന്നെ ഇരുത്തണേ...

ഡോ.റാങ്ക്: വേവലാതി വേണ്ട. അത് ഞാനേറ്റു.

(അയാൾ ഹെൽമറുടെ മുറിയിലേക്ക് പോകുന്നു)

നോറ: (പരിചാരികയോട്) അയാൾ അടുക്കളയിൽ കാത്തുനിൽക്കുകയാണോ?

പരിചാരിക: തന്നെ. അയാൾ പുറംഭാഗത്തെ കോണി കയറീട്ടാ വന്നത്.

നോറ: പക്ഷേ ഇവിടെ വേറെ ആളുണ്ടെന്ന് നീ പറഞ്ഞില്ലേ?

പരിചാരിക: പറഞ്ഞു, പക്ഷേ എന്തു ഫലം!

നോറ: അയാൾ പോവില്ലെന്നു പറഞ്ഞോ?

പരിചാരിക: കുഞ്ഞിനെ കണ്ടിട്ടേ പോകുന്ന്.

നോറ: എന്നാൽ വരാൻ പറയൂ. പക്ഷേ ഒച്ചയുണ്ടാക്കരുത്. ഹെലൻ, നീയിത് ആരോടും പറയേണ്ടാ. എന്റെ ഭർത്താവിനെ അത്ഭുതപ്പെടുത്താനുള്ള ഒരു സംഗതിയാണിത്.

പരിചാരിക: എനിക്ക് മനസ്സിലാവുന്നുണ്ട് കുഞ്ഞേ...

(അവൾ പോകുന്നു)

നോറ: ഇതാ, അത് അടുത്തു വരുന്നു! എന്നെ കൊടും ഭീതിയിലാഴ്ത്തിക്കൊണ്ടിരിക്കുന്നത്! അരുത്, അരുത്, അത് സംഭവിക്കരുത്, അത് സംഭവിച്ചുകൂടാ.

(അവൾ ചെന്ന് ഹെൽമർ ഇരിക്കുന്ന മുറിയുടെ വാതിലിന്റെ കുറ്റിയിടുന്നു. പരിചാരിക ക്രോഗ്സ്റ്റഡിനുവേണ്ടി ഹാളിന്റെ വാതിൽ തുറക്കുന്നു, അയാൾ മുറിയിലേക്ക് പ്രവേശിക്കുന്നതോടെ അവൾ അത് അടക്കുന്നു. അയാൾ രോമക്കോട്ടും രോമത്തൊപ്പിയും ശൈത്യകാലത്ത് ധരിക്കുന്ന വലിയ ഷൂസുമാണ് ധരിച്ചിരിക്കുന്നത്)

നോറ: (അയാൾക്കു നേരെ നടന്ന്) ഒച്ച താഴ്ത്തി സംസാരിക്കണം, എന്റെ ഭർത്താവ് വീട്ടിലുണ്ട്.

ക്രോഗ്സ്റ്റഡ്: അയാൾ ഉണ്ടെങ്കിലെന്താ?

നോറ: എന്നെക്കൊണ്ട് നിങ്ങൾക്കെന്തു വേണം?

ക്രോഗ്സ്റ്റഡ്: ഒരു കാര്യമറിയണം

നോറ: എന്നാൽ വേഗമാകട്ടെ, എന്താണത്?

ക്രോഗ്സ്റ്റഡ്: എനിക്ക് നോട്ടീസയച്ചത് അറിഞ്ഞിരിക്കുമല്ലോ.

നോറ: എനിക്കത് തടയാൻ കഴിഞ്ഞില്ല, മിസ്റ്റർ ക്രോഗ്സ്റ്റഡ്, ഞാൻ നിങ്ങൾക്കു വേണ്ടി പരമാവധി ശ്രമിച്ചെങ്കിലും പ്രയോജനമുണ്ടായില്ല.

ക്രോഗ്സ്റ്റഡ്: നിങ്ങളുടെ ഭർത്താവിന് ഇത്രയേ നിങ്ങളോട് സ്നേഹമുള്ളൂ? അയാൾക്ക് അറിയാത്തതല്ല, നിങ്ങളെ എനിക്ക് എന്തു ചെയ്യാൻ കഴിയുമെന്ന്, എന്നിട്ടും അയാൾ ധൈര്യപ്പെടുന്നു...

നോറ: അദ്ദേഹത്തിന് ഇതിനെക്കുറിച്ചറിയാമെന്ന് നിങ്ങളങ്ങ് സങ്കൽപ്പിക്കല്ലേ!

ക്രോഗ്സ്റ്റഡ്: ഇല്ല, ഞാനങ്ങനെ സങ്കൽപ്പിച്ചിട്ടില്ല. അത്രത്തോളം ധൈര്യം കാണിക്കാൻ എന്റെ നല്ല സുഹൃത്തായ ടോർവാൾഡ് ഹെൽമറിന് കഴിയുമെന്ന് ഞാൻ അശേഷം കരുതിയിട്ടില്ല.

നോറ: മിസ്റ്റർ ക്രോഗ്സ്റ്റഡ്, എന്റെ ഭർത്താവിനോട് ഒരല്പം ആദരവ് കാണിക്കാൻ ഞാൻ നിങ്ങളോടാവശ്യപ്പെടുന്നു.

ക്രോഗ്സ്റ്റഡ്: ഓ, തീർച്ചയായും! പൂർണ്ണാദരവ്! പക്ഷേ നാം തമ്മിലുള്ള ഇടപാട് രഹസ്യമാക്കി വെക്കാൻ ഇതുവരെ നിങ്ങൾ വലിയ വ്യഗ്രത കാണിച്ച സ്ഥിതിക്ക്, ഞാൻ നിങ്ങളെ ഓർമ്മിപ്പിക്കട്ടെ മിസിസ് ഹെൽമർ, നിങ്ങൾ ചെയ്ത കൃത്യത്തെക്കുറിച്ച് ഇന്നലെവരെ നിങ്ങൾ വെച്ചുപുലർത്തിയതിനേക്കാൾ കൂടിയ കരുതൽ ഇനിമേൽ നിങ്ങൾ കാണിക്കേണ്ടിവരും.

നോറ: ഇതുവരെ നിങ്ങൾക്ക് എന്നിലുളവാക്കാൻ കഴിഞ്ഞതിനേക്കാൾ കൂടിയ കരുതൽ ഇപ്പോൾ എനിക്കുണ്ട്, നിങ്ങൾ പറയാതെ തന്നെ.

ക്രോഗ്സ്റ്റഡ്: അതെ, ഞാൻ അങ്ങനെയൊരു അധഃ പതിച്ച വക്കീലായതുകൊണ്ട്...

നോറ: ഇപ്പോൾ നിങ്ങൾ ഇവിടെ വന്നതിന്റെ ഉദ്ദേശ്യം ഒന്നു പറയാമോ?

ക്രോഗ്സ്റ്റഡ്: കാര്യങ്ങളുടെ കിടപ്പ് എങ്ങനെയെന്നറിയണം, അത്രമാത്രം, മിസിസ് ഹെൽമർ. ഇന്ന് മുഴുവൻ ഞാൻ നിങ്ങളെക്കുറിച്ചാണ് ആലോചിച്ചുകൊണ്ടിരുന്നത്. ഞാൻ ഒരു പലിശമോഹിയാണ്, ക്ഷുദ്രനായ പത്രപ്രവർത്തകനാണ്, പിന്നെ - ങാ അങ്ങനെ പലതുമാണെങ്കിലും ആ എന്നിലുമുണ്ടാകും നിങ്ങളൊക്കെ പറഞ്ഞേക്കാവുന്ന അനുകമ്പ എന്ന ഒന്നിന്റെ ഒരംശമെങ്കിലും.

നോറ: എങ്കിൽ അതൊന്നു കാണിക്കൂ. എന്റെ ഇത്തിരിപ്പോന്ന കുട്ടികളെക്കുറിച്ച് ഒന്നു ചിന്തിക്കൂ.

ക്രോഗ്സ്റ്റഡ്: നിങ്ങളോ നിങ്ങളുടെ ഭർത്താവോ എന്റെ കുട്ടികളെക്കുറിച്ച് ചിന്തിച്ചോ? പക്ഷേ അതൊക്കെ ഇപ്പോൾ പറഞ്ഞിട്ടെന്തു കാര്യം? എങ്കിലും ഒന്നു ഞാൻ പറയാം: ഈ ഇടപാട് നിങ്ങൾ അത്ര ഗൗരവത്തിലെടുക്കേണ്ടതില്ല. തൽക്കാലം ഞാൻ യാതൊരു നിയമ നടപടിയിലേക്കും നീങ്ങാൻ പോകുന്നില്ല.

നോറ: ഹാ, എനിക്ക് തോന്നിയിരുന്നു, നിങ്ങൾ അതു ചെയ്യില്ലെന്ന്.

ക്രോഗ്സ്റ്റഡ്: സംഗതി മുഴുവൻ തികച്ചും സൗഹാർദ്ദപൂർവ്വം ശരിപ്പെടുത്താം. മറ്റൊരാളും അറിയേണ്ടതില്ല, നാം മൂന്നു പേരൊഴിച്ച്.

നോറ: എന്റെ ഭർത്താവ് ഒരിക്കലും അറിയരുത്.

ക്രോഗ്സ്റ്റഡ്: അതെങ്ങനെ നിങ്ങൾക്ക് തടയാൻ സാധിക്കും? ബാക്കി തുക തന്നുതീർക്കാൻ നിങ്ങളെക്കൊണ്ട് കഴിയുമോ?

നോറ: ഇല്ല, പെട്ടെന്നു കഴിയില്ല.

ക്രോഗ്സ്റ്റഡ്: ഒരു പക്ഷേ അടുത്ത ഏതാനും ദിവസങ്ങൾക്കുള്ളിൽ അത്രയും പണം സംഘടിപ്പിക്കാൻ വല്ല വഴിയും നിങ്ങൾ കണ്ടെത്തുമായിരിക്കും.

നോറ: ഒന്നും ഞാൻ ആലോചിച്ചിട്ടില്ല.

ക്രോഗ്സ്റ്റഡ്: അതിന് സാധിച്ചാലും അതുകൊണ്ട് വലിയ പ്രയോജനമൊന്നും

നിങ്ങൾക്ക് കിട്ടുകയില്ല. നിങ്ങൾ അവിടെ നിൽക്കുന്നത് അത്രയും തുക നീട്ടിപ്പിടിച്ചുകൊണ്ടാണെങ്കിൽപ്പോലും നിങ്ങളുടെ കരാർ രേഖ തൽക്കാലം മടക്കിക്കിട്ടുകയില്ല.

നോറ: അതുവെച്ച് നിങ്ങൾ എന്തു ചെയ്യാൻ പോകുന്നു?

ക്രോഗ്സ്റ്റഡ്: വെറുതെ സൂക്ഷിച്ചുവെക്കാൻ-എന്റെ ബന്തവസ്സിൽ. അതുമായി ബന്ധമില്ലാത്ത യാതൊരാളും അതിനെപ്പറ്റി അറിയാൻ പോകുന്നില്ല. അതിനാൽ വല്ല കുടുംകൈയും കാണിച്ചുകളയാം എന്നു നിങ്ങൾ ആലോചിക്കുന്നുണ്ടെങ്കിൽ...

നോറ: ഉണ്ട്, ഞാനങ്ങനെ...

ക്രോഗ്സ്റ്റഡ്: ... വീട്ടു വിട്ട് ഓടിപ്പോകാനോ മറ്റോ നിങ്ങൾ ആലോചിക്കുന്നുണ്ടെങ്കിൽ...

നോറ: ഞാനങ്ങനെ ആലോചിക്കുന്നുണ്ട്!

ക്രോഗ്സ്റ്റഡ്: .... അഥവാ അതിലും മോശമായ വല്ലതും...

നോറ: അത് എങ്ങനെ നിങ്ങളറിഞ്ഞു?

ക്രോഗ്സ്റ്റഡ്: അതു മറന്നേക്കുക!

നോറ: നിങ്ങൾ എങ്ങനെ അറിഞ്ഞു, ഞാൻ ആ വഴിക്ക് ചിന്തിക്കുകയായിരുന്നു എന്ന് ?

ക്രോഗ്സ്റ്റഡ്: നമ്മിൽ മിക്കവരും അങ്ങനെയൊരു പോംവഴിയാണ് ആദ്യം കാണുക. ഞാനും കണ്ടിരുന്നു. പക്ഷേ എനിക്ക് അതിനുള്ള ധൈര്യമുണ്ടായില്ല...

നോറ: (ഇടറി) എനിക്കും...

ക്രോഗ്സ്റ്റഡ്: (ആശ്വാസത്തോടെ) അതുപോലെ നിങ്ങൾക്കുമില്ല, അല്ലേ?

നോറ: ഇല്ല, എനിക്കില്ല! എനിക്കില്ല!

ക്രോഗ്സ്റ്റഡ്: അത് വലിയ വിഡ്ഢിത്തവുമായിരിക്കും. ഗൃഹാന്തരീക്ഷത്തിലെ ആദ്യത്തെ കൊടുങ്കാറ്റ് തരണം ചെയ്തുകഴിഞ്ഞാൽ മാത്രമേ... നിങ്ങളുടെ ഭർത്താവിനുള്ള ഒരു കത്ത് ഇപ്പോൾ എന്റെ പക്കലുണ്ട്....

നോറ: എല്ലാം വിശദീകരിക്കുന്നതായി?

ക്രോഗ്സ്റ്റഡ്: കഴിയുന്നത്ര നയചാതുര്യത്തോടെ.

നോറ: (തിടുക്കത്തിൽ) ആ കത്ത് ഒരിക്കലും അദ്ദേഹം വായിക്കരുത്. അത് കീറിക്കളയൂ. എങ്ങനെയും പണം ഞാൻ ഉണ്ടാക്കിത്തരാം.

ക്രോഗ്സ്റ്റഡ്: ക്ഷമിക്കണം മിസിസ് ഹെൽമർ, ഞാൻ നിങ്ങളോട് ഇപ്പോൾ പറഞ്ഞതേയുള്ളൂ...

നോറ: ഞാൻ നിങ്ങൾക്കു കടപ്പെട്ട പണത്തെക്കുറിച്ചല്ല ഞാൻ പറയുന്നത്. എന്റെ ഭർത്താവിനോട് നിങ്ങൾ ആവശ്യപ്പെടാൻ പോകുന്ന പണം എത്രയാണെന്നാണ് എനിക്കറിയേണ്ടത്. അത് ഞാൻ തരുന്നതാണ്.

ക്രോഗ്സ്റ്റഡ്: നിങ്ങളുടെ ഭർത്താവിൽനിന്ന് ഒരു ചില്ലിയും എനിക്കു വേണ്ട.

നോറ: പിന്നെ എന്താണ് നിങ്ങൾക്കു വേണ്ടത്?

ക്രോഗ്സ്റ്റഡ്: ഞാൻ നിങ്ങളോടു പറയാം. എനിക്ക് എന്റെ നഷ്ടപ്പെട്ട മുഖം തിരിച്ചുകിട്ടണം, മിസിസ് ഹെൽമർ. എനിക്ക് മുകളിലെത്തണം. അതിന് നിങ്ങളുടെ ഭർത്താവ് എന്നെ സഹായിക്കാൻ പോകുന്നു.

കഴിഞ്ഞ പതിനെട്ടു മാസങ്ങളായി ഞാൻ നേരായ വഴിയിലായിരുന്നു. അത് വിഷമം പിടിച്ച യാത്രയായിരുന്നു. എങ്കിലും പടിപ്പടിയായി കയറാൻ കഴിഞ്ഞതിൽ ഞാൻ തൃപ്തനായിരുന്നു. ഇപ്പോൾ ഞാനിതാ തൊഴിച്ചു വീഴ്ത്തപ്പെട്ടുകയാണ്. പക്ഷേ ആരുടേയും ഔദാര്യത്തിന് യാചിക്കാൻ ഇനി എന്നെ കിട്ടില്ല. ഞാൻ നിങ്ങളോട് പറയുന്നു, ഞാനങ്ങ് മുകളിലെത്താൻ പോവുകയാണ്. ഞാൻ ബാങ്കിലേക്ക് മടങ്ങിച്ചെല്ലും - ഒരു സ്ഥാനക്കയറ്റത്തോടെ. നിങ്ങളുടെ ഭർത്താവ് ഒരു പുതിയ തസ്തിക തന്നെ സൃഷ്ടിക്കാൻ പോകുന്നു, എനിക്കുവേണ്ടി മാത്രം...

നോറ: അദ്ദേഹം ഒരിക്കലും അതു ചെയ്യില്ല.

ക്രോഗ്സ്റ്റഡ്: അയാളതു ചെയ്യും. എനിക്കറിയാം അയാളെ. യാതൊരു മുറുമുറുപ്പും കൂടാതെ അയാളതു ചെയ്തിരിക്കും. ഒരിക്കൽക്കൂടി ഞാൻ അയാളുടെ സഹപ്രവർത്തകനാവേണ്ട താമസം, നിങ്ങൾക്കു കാണാം ഞാൻ ആരാണെന്ന്. ഒരു വർഷത്തിനകം ഞാൻ അയാളുടെ വലംകൈയാവും. പിന്നെ നീൽസ് ക്രോഗ്സ്റ്റഡ് ആയിരിക്കും, ടോർവാൾഡ് ഹെൽമറാവില്ല ബാങ്കിനെ നിയന്ത്രിക്കുന്നതും നയിക്കുന്നതും.

നോറ: ഞാൻ ജീവിച്ചിരിക്കെ അങ്ങനെയൊരു ദിവസം നിങ്ങൾ കാണുകയില്ല.

ക്രോഗ്സ്റ്റഡ്: നിങ്ങളുദ്ദേശിക്കുന്നത് നിങ്ങൾ...?

നോറ: ഇപ്പോൾ അതിനുള്ള ധൈര്യം എനിക്കുണ്ട്.

ക്രോഗ്സ്റ്റഡ്: നിങ്ങൾക്കെന്നെ ഭയപ്പെടുത്താൻ കഴിയില്ല! നിങ്ങളെപ്പോലെ ലാളിച്ചും കൊഞ്ചിച്ചും വഷളാക്കപ്പെട്ട ഒരു പീക്കിരി...

നോറ: നിങ്ങൾക്ക് ഞാനതു കാണിച്ചുതരും! നിങ്ങൾക്ക് ഞാനതു കാണിച്ചുതരും!

ക്രോഗ്സ്റ്റഡ്: മഞ്ഞുപാളികളുടെ അടിയിലായിരിക്കും? ആഴത്തിലെ കറുത്തുതണുത്ത ജലത്തിൽ? വസന്തത്തിൽ മഞ്ഞുരുകുമ്പോൾ ചീർത്തുവീർത്ത് പൊങ്ങിവരുന്ന കരാളരൂപത്തിൽ...

നോറ: നിങ്ങൾക്കെന്നെ ഭയപ്പെടുത്താൻ കഴിയില്ല.

ക്രോഗ്സ്റ്റഡ്: നിങ്ങൾ എന്നെയും ഭയപ്പെടുത്താൻ നോക്കണ്ട. ആളുകൾ അത്തരം സാഹസങ്ങൾ ചെയ്യാറില്ല മിസിസ് ഹെൽമർ. അതിൽ കാര്യമില്ല. നിങ്ങൾ അതു ചെയ്താലും അയാൾ എന്റെ വരുതിയിൽ തന്നെയായിരിക്കും.

നോറ: പിന്നെയും? ഞാൻ ഇല്ലാതായാലും....

ക്രോഗ്സ്റ്റഡ്: അപ്പോഴും നിങ്ങളുടെ സൽപ്പേര് പൂർണ്ണമായും എന്റെ കൈപ്പിടിയിലായിരിക്കുമെന്ന വസ്തുത നിങ്ങൾ മറക്കുന്നില്ലല്ലോ?

(നോറ ശബ്ദിക്കാനാവാതെ അയാളെ നോക്കി നിൽക്കുന്നു)

ശരി, ഞാൻ താക്കീത് തന്നുകഴിഞ്ഞു. വിഡ്ഢിത്തമൊന്നും കാട്ടരുത്. എന്റെ ഈ കത്ത് ഹെൽമറിനു കിട്ടുമ്പോൾ, അയാളിൽനിന്ന് ഒരു മറുപടി ഞാൻ പ്രതീക്ഷിക്കുന്നുണ്ട്. പിന്നെ മറക്കാതിരിക്കുക: അയാളൊരുത്തനാണ് എന്നെ വീണ്ടും ഈ വളഞ്ഞ വഴിയിലേക്ക്

തള്ളിവിടുന്നത്, നിങ്ങളുടെ സ്വന്തം ഭർത്താവ്! ഇതിന് ഒരിക്കലും അയാൾക്ക് മാപ്പു കൊടുക്കാൻ ഞാൻ തയ്യാറല്ല. ഗുഡ് ബൈ, മിസിസ് ഹെൽമർ.

(അയാൾ ഹാളിൽക്കൂടി പുറത്തേക്ക് പോകുന്നു. നോറ അങ്ങോട്ടു നടന്ന്, വാതിൽ ഒരല്പം തുറന്ന് ശ്രദ്ധിക്കുന്നു.)

നോറ: അയാൾ പോവുകയാണ്. അയാൾ ആ കത്ത് പെട്ടിയിൽ ഇട്ടില്ല. ഇല്ല, ഇല്ല, അത് സാദ്ധ്യമാവുകയില്ല. (വാതിൽ കൂടുതൽ കൂടുതൽ തുറന്ന്) എന്താണയാൾ ചെയ്യുന്നത്? അയാൾ പുറത്ത് നിന്നു. അയാൾ പടിയിറങ്ങിപ്പോകുന്നില്ല. അയാൾ തന്റെ മനസ്സ് മാറ്റിയോ? അയ്യോ, അയാൾ...? (ഒരു കത്ത് കത്തുപെട്ടിയിൽ വീഴുന്നു. തുടർന്ന് ക്രോഗ്സ്റ്റഡ് കോണിപ്പടിയിറങ്ങി നടന്നകലുന്നതിന്റെ കാലടിശബ്ദങ്ങൾ. നോറ അടക്കിയ ഒരു നിലവിളിയോടെ മുറിയുടെ കുറുകെ ഓടി സോഫയ്ക്കരികിലെത്തുന്നു. നിശ്ചലത) അത് പെട്ടിയിൽ! (ഹാളിന്റെ വാതിലിനടുത്തേക്ക് ആയാസപ്പെട്ടും പതുങ്ങിയ മട്ടിലും ചെല്ലുന്നു.) അത് അവിടെയുണ്ട്! ടോർവാൾഡ്, ടോർവാൾഡ്! ഇനി ആശയ്ക്കു വകയില്ല!

മി.ലിൻഡെ: (നൃത്ത വസ്ത്രവുമായി ഇടതുവശത്തെ മുറിയിൽനിന്നും വരുന്നു) ഇതാ നോക്കൂ, എല്ലാം ശരിയായെന്നു തോന്നുന്നു. ഇത് അണിഞ്ഞു നോക്കണ്ടേ?

നോറ: (തൊണ്ടയടഞ്ഞ്, പരുഷസ്വരത്തിൽ) ക്രിസ്റ്റൈൻ, ഇവിടെ വരൂ.

മി.ലിൻഡെ: (വസ്ത്രം സോഫയിലേക്കെറിഞ്ഞുകൊണ്ട്) എന്തു പറ്റി നിനക്ക്? നീ ആകെ ഇളകിമറിഞ്ഞപോലെയുണ്ട്.

നോറ: ഇങ്ങോട്ടു വരൂ. നീ ആ കത്ത് കാണുന്നുണ്ടോ? അതാ നോക്ക്! കത്തുപെട്ടിയുടെ ചില്ലിലൂടെ.

മി.ലിൻഡെ: ഉണ്ട്, ഉണ്ട്, എനിക്കതു കാണാം.

നോറ: അത് ക്രോഗ്സ്റ്റഡിന്റെ കത്താണ്.

മി.ലിൻഡെ: നോറാ! നിനക്ക് ആ പണം കടം തന്നത് ക്രോഗ്സ്റ്റഡ് ആയിരുന്നു!

നോറ: അതെ. അങ്ങനെ ടോർവാൾഡ് എല്ലാം അറിയാൻ പോവുകയാണിപ്പോൾ.

മി.ലിൻഡെ: ഞാൻ പറയുന്നത് വിശ്വസിക്കൂ നോറാ, നിങ്ങളിരുവർക്കും അതാണുത്തമം.

നോറ: പക്ഷേ അതിനേക്കാൾ വഷളായ മറ്റൊരു കാര്യമുണ്ട്. ഒരൊപ്പ് ഞാൻ വ്യാജമായി ഇട്ടിരുന്നു...

മി.ലിൻഡെ: എന്റെ ദൈവമേ!

നോറ: ശ്രദ്ധിക്കൂ, എനിക്ക് നിന്നോടൊന്നു പറയാനുണ്ട് ക്രിസ്റ്റൈൻ, ആയതിനാൽ നീ എനിക്ക് സാക്ഷിയായിരിക്കണം.

മി.ലിൻഡെ: 'സാക്ഷിയോ?' അതുകൊണ്ട് നീ എന്താണുദ്ദേശിക്കുന്നത്?

നോറ: എനിക്ക് ഭ്രാന്തു പിടിക്കുകയാണെങ്കിൽ... അത് എളുപ്പം സംഭവിക്കാം...

മി.ലിൻഡെ: നോറാ!

നോറ: അഥവാ എനിക്ക് എന്തു തന്നെ സംഭവിച്ചാലും... അതിനർത്ഥം ഞാനിവിടെ ഉണ്ടാവുകയില്ലെന്നാണ്...

മി.ലിൻഡെ: നോറാ, നോറാ! നിനക്ക് സ്വബോധം നഷ്ടപ്പെട്ടോ?

നോറ: അങ്ങനെ ആരെങ്കിലുമൊരാൾ ഇതപ്പാടെ ഏറ്റെടുക്കാൻ മുന്നോട്ടു വരികയാണെങ്കിൽ, ആ മുഴുവൻ അപരാധവും, നീ മനസ്സിലാക്കണം...

മി.ലിൻഡെ: ശരി, ശരി. പക്ഷേ അങ്ങനെ തോന്നാൻ കാരണം...?

നോറ: അപ്പോൾ നീ തെളിവു കൊടുക്കണം, ക്രിസ്റ്റൈൻ, അത് ശരിയല്ല എന്നതിന്. എന്റെ സ്വബോധമൊന്നും നിഷ്ടപ്പെട്ടിട്ടില്ല. ഇപ്പോൾ തെളിഞ്ഞ മനസ്സാണ് എന്റേത്. ഇതു ഞാൻ നിന്നോട് പറയുന്നു: മറ്റൊരാളും യാതൊന്നുമറിഞ്ഞിട്ടില്ല. ഞാൻ മാത്രമാണ് സർവ്വ കുഴപ്പങ്ങൾക്കും ഉത്തരവാദി. അതോർമ്മിക്കുക!

മി.ലിൻഡെ: ഞാൻ ഓർമ്മിക്കാം. പക്ഷേ എനിക്കിതിന്റെ ഒരക്ഷരം മനസ്സിലാകുന്നില്ല.

നോറ: നിനക്കെങ്ങനെ മനസ്സിലാവാൻ? നീ മനസ്സിലാക്കാനിരിക്കുന്നു, ഒരത്ഭുത സംഭവം നടക്കാൻ പോകുന്നതായി.

മി.ലിൻഡെ: അത്ഭുത സംഭവമോ?

നോറ: അതെ, ഒരത്ഭുതം, പക്ഷേ അതുപോലെ അത്ര തന്നെ ഭീകരമായതും. ക്രിസ്റ്റൈൻ, ഹോ, അത് ഒരിക്കലും സംഭവിക്കാൻ പാടില്ലാത്തതാണ്, യാതൊരു കാരണവശാലും.

മി.ലിൻഡെ: ഞാൻ ഉടനെ ക്രോഗ്സ്റ്റഡിനെ കണ്ട് സംസാരിക്കാൻ പോകുന്നു.

നോറ: പോകരുത്. അയാൾ നിന്നെ ദ്രോഹിക്കുകയേ ഉള്ളൂ.

മി.ലിൻഡെ: അയാൾ എനിക്കു വേണ്ടി എന്തും ചെയ്യുന്ന ഒരു കാലമുണ്ടായിരുന്നു.

നോറ: അയാൾ!

മി.ലിൻഡെ: അയാൾ എവിടെയാണ് താമസിക്കുന്നത്?

നോറ: എനിക്കെങ്ങനെ അറിയാം...? ഒരു നിമിഷം നിൽക്കൂ (തന്റെ പോക്കറ്റിൽ പരതുന്നു) ഇതാണ് അയാളുടെ കാർഡ്. പക്ഷേ ആ കത്ത്, ആ കത്ത്...!

ഹെൽമർ: (തന്റെ മുറിയിൽനിന്ന്, വാതിലിന്മേൽ മുട്ടിക്കൊണ്ട്) നോറാ!

നോറ: (ഭീതിദമായ നിലവിളിയോടെ) എന്താണത്? എന്തു വേണം നിങ്ങൾക്ക്?

ഹെൽമർ: പേടിക്കല്ലേ. ഞങ്ങൾ അങ്ങോട്ടു വരാൻ പോകുന്നില്ല. നീ വാതിലടച്ചിട്ടുണ്ടല്ലോ. നീ വേഷം പരീക്ഷിക്കുകയാണോ?

നോറ: അതെ, അതെ, ഞാൻ വേഷം പരീക്ഷിക്കുകയാണ്. ഇതെനിക്ക് ഭംഗിയായി ചേരുന്നുണ്ട് ടോർവാൾഡ്.

മി.ലിൻഡെ: (കാർഡ് വായിച്ചുകഴിഞ്ഞു) അയാളുടെ താമസസ്ഥലം എനിക്ക് മനസ്സിലായി.

നോറ: അതുകൊണ്ട് ഗുണമില്ല. ആശയ്ക്കു വകയില്ല. ആ കത്ത് പെട്ടിയിൽ ത്തന്നെ കിടക്കുന്നു.

മി.ലിൻഡെ: താക്കോൽ നിന്റെ ഭർത്താവാണോ സൂക്ഷിക്കുന്നത്?

നോറ: എപ്പോഴും.

മി.ലിൻഡെ: ക്രോഗ്സ്റ്റഡ് ആ കത്ത് തിരിച്ചാവശ്യപ്പെടണം, അത് വായിക്കപ്പെട്ടും മുമ്പ്. അതിനയാൾക്ക് എന്തെങ്കിലും കാരണവും പറയാനുണ്ടാവണം...

നോറ: പക്ഷേ ഈ സമയത്താണ് ടോർവാൾഡ് പതിവായി...

മി.ലിൻഡെ: അദ്ദേഹത്തെ അകറ്റി നിർത്തണം! അകത്തു പോയി അദ്ദേഹത്തെ എന്തിലെങ്കിലും മുഴുകാൻ പ്രേരിപ്പിക്കു. കഴിയും വേഗം ഞാൻ തിരിച്ചെത്താം.

(അവൾ ധൃതിയിൽ ഹാളിലൂടെ പുറത്തേക്ക് പോകുന്നു. നോറ ഹെൽമറുടെ മുറിയുടെ വാതിൽക്കലേക്ക് നടക്കുന്നു, വാതിൽ തുറന്ന് അതിലൂടെ ഒളിഞ്ഞു നോക്കുന്നു.)

നോറ: ടോർവാൾഡ്!

ഹെൽമർ: (അകത്തുനിന്ന്) ഇവിടെയൊരാൾ അക്ഷമനായി നിൽക്കുന്നുണ്ടേ. ഒന്നങ്ങു വന്നോട്ടെ? വരണം റാങ്ക്, നമ്മളിതാ കാണുകയായി... (വാതിൽക്കൽ) അല്ല, എന്താണിത്?

നോറ: എന്താണ് പ്രിയ ടോർവാൾഡ്?

ഹെൽമർ: റാങ്ക് എന്നെ പറഞ്ഞിളക്കി, അതിശയകരമായൊരു രൂപമാറ്റം പ്രതീക്ഷിക്കാമെന്ന്

ഡോ.റാങ്ക്: അതുതന്നെയാണ് ഞാൻ വിചാരിച്ചത്. പക്ഷേ എന്റെ ധാരണ തെറ്റായിരുന്നിരിക്കണം.

നോറ: നാളെ പുലരും മുമ്പ് മറ്റൊരാൾക്കു മുന്നിലും ഞാനത് പ്രദർശിപ്പിക്കുകയില്ല.

ഹെൽമർ: പ്രിയ നോറാ, നീ ക്ഷീണിച്ച മട്ടുണ്ട്. നീ കഠിനപരിശീലനത്തിലൊന്നും ആയിരുന്നില്ലല്ലൊ?

നോറ: ഇല്ല, ഇതുവരെയും ഞാനത് തുടങ്ങിയിട്ടില്ല.

ഹെൽമർ: എങ്കിൽ നീ തുടങ്ങണം.

നോറ: അതെ, ഞാൻ തീർച്ചയായും തുടങ്ങണം ടോർവാൾഡ്. പക്ഷേ താങ്കളുടെ സഹായമില്ലാതെ ഞാൻ എങ്ങുമെത്തുകയില്ല എന്നു മാത്രം: ഞാൻ അത് പൂർണ്ണമായും മറന്നുപോയിരിക്കുന്നു.

ഹെൽമർ: നമുക്കത് വേഗം തേച്ചുമിനുക്കിയെടുക്കാം.

നോറ: ശരിയാണ്, എന്നെ സഹായിക്കു ടോർവാൾഡ്. എന്താ? എനിക്ക് വല്ലാത്തൊരു ധൈര്യക്കുറവ്. അവരുടെയെല്ലാം മുന്നിൽ... ഈ സായാഹ്നത്തിൽ മറ്റെല്ലാം മാറ്റിവെച്ചുകൊണ്ട് താങ്കൾ താങ്കളെത്തന്നെ എനിക്കുവേണ്ടി സമർപ്പിക്കണം. പേന ദൂരെ വെക്കുക! ഓഫീസ് കാര്യങ്ങളെല്ലാം മറന്നേക്കുക! വാക്കു തരൂ, പ്രിയ ടോർവാൾഡ്!

ഹെൽമർ: ഞാൻ വാക്കു തരുന്നു. ഈ സായാഹ്നത്തിൽ ഞാൻ എന്നെത്തന്നെ പൂർണ്ണമായും നിനക്കായി സമർപ്പിക്കുന്നു... അശരണയായ എന്റെ ഈ ഓമനക്കുഞ്ഞിന്. ഓ, പക്ഷേ ഒരു കാര്യം ഇപ്പോഴാണ് ഓർമ്മ വരുന്നത്, അതിനു മുമ്പ് ഞാനൊന്നു നോക്കി വരട്ടെ...

(അയാൾ ഹാൾവാതിലിന്റെ നേർക്ക് നടക്കുന്നു)

നോറ: എന്തിനാണ് അങ്ങോട്ടു പോകുന്നത്?

ഹെൽമർ: കത്തുകൾ വല്ലതും അവിടെയുണ്ടോ എന്നു നോക്കാൻ മാത്രം.

നോറ: വേണ്ട, അരുത് ടോർവാൾഡ്!

ഹെൽമർ: അതുകൊണ്ടെന്താ?

നോറ: ടോർവാൾഡ് പ്ലീസ്, അതിൽ യാതൊന്നുമില്ല.

ഹെൽമർ: ഞാനൊന്നു നോക്കട്ടെ.

(അയാൾ പോകാൻ തുടങ്ങുന്നു. നോറ പിയാനോവിനരികിൽ, റ്റാരൻറ്റെലയുടെ ആദ്യചരണം വായിക്കുന്നു.)

ഹെൽമർ: (വാതിൽക്കലെത്തിയതും, നിൽക്കുന്നു) ആഹാ!

നോറ: താങ്കളുടെ കൂടെ പരിശീലിച്ചില്ലെങ്കിൽ നാളെ എന്റെ നൃത്തം നടക്കില്ല.

ഹെൽമർ: (അവൾക്കു നേരെ നടന്ന്) നിനക്ക് വാസ്തവത്തിൽ അത്രയധികം ധൈര്യക്കുറവാണോ, പ്രിയ നോറാ?

നോറ: ഭയങ്കരമായ ധൈര്യക്കുറവ്. ഈ നിമിഷം ഞാൻ തുടങ്ങട്ടെ. ഭക്ഷണത്തിനു മുമ്പ് വേണ്ടത്ര സമയമുണ്ട്. ഇവിടെ വന്നിരുന്ന് എനിക്കു വേണ്ടി വായിക്കൂ ടോർവാൾഡ്. എനിക്ക് നിർദ്ദേശങ്ങൾ തരൂ, എന്റെ തെറ്റുകൾ തിരുത്തൂ - താങ്കൾ എപ്പോഴും ചെയ്യാറുള്ളതു പോലെ.

ഹെൽമർ: തീർച്ചയായും, സന്തോഷപൂർവ്വം, നീ അതാണാഗ്രഹിക്കുന്നതെങ്കിൽ.

(അയാൾ പിയാനോവിനരികിൽ ഇരിക്കുന്നു. നോറ പെട്ടിയിൽനിന്നും ഡക്ക പുറത്തെടുക്കുന്നു. കൂടാതെ ഒരു നീണ്ട, വർണ്ണപ്പകിട്ടുള്ള ഷാളും. ഷാൾകൊണ്ട് സ്വയം അലങ്കരിക്കുന്നു. പിന്നെ ഒരു പരിധി പാലിച്ച് മുന്നോട്ട് കുതിക്കുന്നു.

നോറ: (ഉറക്കെ) ഇനി വായിക്കൂ! ഞാൻ തുടങ്ങുന്നു!

(ഹെൽമർ പിയാനോ വായിക്കുന്നു. നോറ നൃത്തം ചെയ്യുന്നു. ഡോക്ടർ റാങ്ക് പിയാനോവിനടുത്ത് ഹെൽമറുടെ പിന്നിൽ നിലയുറപ്പിച്ച് ശ്രദ്ധിക്കുന്നു.)

ഹെൽമർ: (വായിച്ചുകൊണ്ട്) അത്ര വേഗം പാടില്ല! അത്ര വേഗം പാടില്ല!

നോറ: അതൊഴിവാക്കാൻ എനിക്കു സാദ്ധ്യമല്ല.

ഹെൽമർ: അത്ര പ്രചണ്ഡത പാടില്ല നോറാ!

നോറ: ഇത് ഇങ്ങനെയാണ് വേണ്ടത്.

ഹെൽമർ: (വായന നിർത്തുന്നു) അല്ല, അല്ല, അത് ഒട്ടും ശരിയല്ല.

നോറ: (ഒരു പൊട്ടിച്ചിരിയോടെ ഡക്ക അങ്ങോട്ടുമിങ്ങോട്ടും വീശുന്നു.)

ഞാൻ പറഞ്ഞിരുന്നില്ലേ?

ഡോ.റാങ്ക്: പിയാനോ ഞാൻ വായിക്കാം.

ഹെൽമർ: ഓ, ശരി, വായിക്കൂ. അപ്പോൾ എനിക്ക് ഇവളെ കൂടുതൽ ശ്രദ്ധി ക്കാം.

(ഡോക്ടർ റാങ്ക് പിയാനോവിന്റെ അരികിലിരുന്ന് വായിക്കാൻ തുടങ്ങുന്നു. നോറ കൂടുതൽ കൂടുതൽ പ്രചണ്ഡമായി നൃത്തം ചെയ്യുന്നു. ഹെൽമർ സ്റ്റോവിനടുത്തു നിന്ന് ആവർത്തിച്ചാവർത്തിച്ച് അവൾക്ക് നിർദ്ദേശങ്ങൾ നൽകുന്നു; അവൾ അതൊന്നും ശ്രദ്ധിക്കുന്നതായി തോന്നുന്നില്ല.

അവളുടെ തലമുടി അഴിഞ്ഞുലഞ്ഞ് അവളുടെ ചുമലുകളിലേക്ക് വീഴുന്നു. അവൾ അത് ഒട്ടും പരിഗണിക്കാതെ നൃത്തം തുടരുന്നു. മിസിസ് ലിൻഡെ പ്രവേശിക്കുന്നു.)

മി.ലിൻഡെ: (മോഹിതയായതുപോലെ വാതിൽക്കൽ നിന്നുകൊണ്ട്) ഹാ...!

നോറ: (നൃത്തത്തിനിടയിൽ) ഞങ്ങൾ എന്തു രസത്തിലാണെന്നു കണ്ടോ, ക്രിസ്റ്റൈൻ

ഹെൽമർ: പക്ഷേ എന്റെ പൊന്നു നോറാ, നിന്റെ നൃത്തം കണ്ടാൽ തോന്നും നിന്റെ ജീവിതം ഇതിനെ ആശ്രയിച്ചാണിരിക്കുന്നതെന്ന്.

നോറ: അത് അങ്ങനെ തന്നെ.

ഹെൽമർ: നിർത്തണം റാങ്ക്! ഇത് തനിഭ്രാന്താണ്. ഞാൻ പറയുന്നു, നിർത്താൻ.

(റാങ്ക് വായന നിർത്തുന്നു. നോറയുടെ നൃത്തത്തിന് പെട്ടെന്ന് ഭംഗം വരുന്നു)

ഹെൽമർ: (അവളുടെ അടുത്തേക്ക് നീങ്ങുന്നു.) എനിക്കിതു വിശ്വസിക്കാനേ കഴിയുന്നില്ല. ഞാൻ പഠിപ്പിച്ചതത്രയും നീ പാടേ മറന്നിരിക്കുന്നു.

നോറ: (ഢക്ക വലിച്ചെറിഞ്ഞുകൊണ്ട്) കണ്ടല്ലോ, അതാ പറഞ്ഞത്.

ഹെൽമർ: ആവട്ടെ, അപ്പോൾ കുറച്ചേറെ പരിശീലനം കൂടിയേ കഴിയൂ.

നോറ: അതെ, അത് എത്ര അത്യാവശ്യമാണെന്ന് മനസ്സിലായല്ലോ. അവസാന നിമിഷം വരെ താങ്കളെന്നെ ശരിക്കും പരിശീലിപ്പിച്ചേ പറ്റൂ. വാക്കു തരൂ ടോർവാൾഡ്, എന്താ?

ഹെൽമർ: നിനക്ക് എന്നെ ആശ്രയിക്കാം.

നോറ: നാളെ ഇതവസാനിക്കുംവരെ എന്നെക്കുറിച്ചല്ലാതെ മറ്റൊന്നിനെക്കുറിച്ചും താങ്കൾ ചിന്തിച്ചുപോകരുത്... കത്തുകൾ പൊട്ടിക്കരുത്. കത്തുപെട്ടി തൊടുകയുമരുത്.

ഹെൽമർ: ഞാഹാ, നീ ഇപ്പോഴും ഭയപ്പെടുന്നു, ആ മനുഷ്യൻ ചെയ്തേക്കാവുന്ന....

നോറ: ശരിയാണ്, ശരിയാണ്, ഞാൻ ഭയപ്പെടുന്നു.

ഹെൽമർ: നിന്റെ മുഖം വിളിച്ചുപറയുന്നുണ്ട്, അയാളുടെ ഒരു കത്ത് അതിനകത്തുള്ളതായി.

നോറ: എനിക്കറിയില്ല. ഉണ്ടാവാം എന്നു തോന്നുന്നു. പക്ഷേ ഇപ്പോൾ അത്തരത്തിലുള്ളതൊന്നും താങ്കൾ വായിക്കരുത്. ഇതെല്ലാം കഴിയും വരെ നടുക്കമുണ്ടാക്കുന്ന യാതൊന്നും നമ്മുടെ മുന്നിലേക്ക് വന്നുകൂടാ.

ഡോ.റാങ്ക്: (ശബ്ദം താഴ്ത്തി, ഹെൽമറോട്) ഞാനായിരുന്നെങ്കിൽ അവളോട് തർക്കിക്കുകയില്ല.

ഹെൽമർ: (ഒരു കൈ കൊണ്ട് അവളെ ചുറ്റിപ്പിടിച്ച്) ഈ കുഞ്ഞിന്റെ ഇഷ്ടം നടക്കട്ടെ. എന്നാൽ നാളെ രാത്രി നിന്റെ നൃത്തം അവസാനിക്കുന്നതോടെ....

നോറ: അതോടെ താങ്കൾ സ്വതന്ത്രനാവും.

പരിചാരിക: (വലതുവശത്തെ വാതിൽക്കൽ) കുഞ്ഞേ, ആഹാരം വിളമ്പിയിരിക്കുന്നു.

നോറ: ഞങ്ങൾക്ക് ഷാംപെയ്ൻ വേണം, ഹെലൻ.

പരിചാരിക: ഓ, എടുത്തുവെക്കാം കുഞ്ഞേ.

(അവൾ പോകുന്നു.)

ഹെൽമർ: ഓഹാ! അപ്പോൾ ശരിക്കും ഒരു സദ്യയുള്ള വട്ടമാണ്, ങേ?

നോറ: പുലരുംവരെ ഷാംപെയ്ൻ ഒഴുകട്ടെ (ഉറക്കെ) കുറച്ച് ബദാം ബിസ്ക്കറ്റ് കൂടി, ഹെലൻ... കുറേയെണ്ണമായ്ക്കോട്ടെ, വല്ലപ്പോഴുമൊരിക്കലാവാം.

ഹെൽമർ: (അവളുടെ കൈകൾ പിടിച്ചെടുത്തുകൊണ്ട്) നോക്ക്, നോക്ക്, ഇങ്ങനെ അമിതാവേശംകൊണ്ട് മതിമറക്കരുത്. എന്റെയാ കുഞ്ഞുവാനമ്പാടിയാകുന്നത് ഒന്നുകൂടി കാണട്ടെ.

നോറ: ഓ, ശരി, അങ്ങനെ തന്നെ. ഒന്നകത്തേക്ക പോയാട്ടെ... നിങ്ങളും, ഡോക്ടർ റാങ്ക്. ക്രിസ്റ്റൈൻ, എന്റെ തലമുടി ഒതുക്കാൻ ഒന്നു സഹായിക്കൂ.

ഡോ.റാങ്ക്: (അവർ അകത്തേക്ക് നടക്കുമ്പോൾ സ്വരം താഴ്ത്തി) ഒന്നുമില്ല ല്ലോ... പെട്ടെന്നുണ്ടാകുന്ന വല്ല അസ്വാസ്ഥ്യവും?

ഹെൽമർ: ഹേയ്, അങ്ങനെ യാതൊന്നുമില്ല, എന്റെ പ്രിയ സുഹൃത്തേ. ഞാൻ നേരത്തേ പറഞ്ഞതുപോലെ ഒരുതരം ബാലിശമായ വിഭ്രാന്തി. മറ്റൊന്നുമല്ല.

(അവർ വലതുവശത്തെ മുറിയിലേക്ക് പോകുന്നു)

നോറ: എന്നിട്ട്?

മി.ലിൻഡെ: അയാൾ പട്ടണം വിട്ടുപോയി.

നോറ: നിന്റെ മുഖം കണ്ടപ്പൊഴേ തോന്നി....

മി.ലിൻഡെ: നാളെ വൈകുന്നേരം അയാൾ തിരിച്ചെത്തും. ഞാനവിടെ ഒരു കുറിപ്പെഴുതി വെച്ചിട്ടുണ്ട്.

നോറ: നീ അത് ചെയ്യരുതായിരുന്നു. സംഭവങ്ങളെ അവയുടെ പാട്ടിന് വിടുകയാണ് വേണ്ടത്. കാരണം, അത് വാസ്തവത്തിൽ ആനന്ദിക്കാനുള്ള ഒരവസ്ഥയുണ്ടാക്കും, ഇങ്ങനെ ആ അത്ഭുതത്തിനുവേണ്ടി കാത്തിരിക്കുന്നത്.

മി.ലിൻഡെ: എന്തിനെയാണ് നീ കാത്തിരിക്കാൻ പോകുന്നത്?

നോറ: ഹോ, നിനക്ക് മനസ്സിലാവില്ല. പോയി അവരോടൊപ്പമിരിക്കൂ. ഞാനിതാ വരുന്നു.

(മിസിസ് ലിൻഡെ ഭക്ഷണമുറിയിലേക്ക് പോകുന്നു. നോറ ഒരു നിമിഷം സ്വയം വീണ്ടെടുക്കാനെന്നപോലെ നിൽക്കുന്നു. പിന്നെ തന്റെ വാച്ചിലേക്ക് നോക്കുന്നു)

നോറ: അഞ്ച്. അർദ്ധരാത്രിയാവാൻ ഏഴ് മണിക്കൂറുകൾ. അടുത്ത പാതിരാത്രിക്ക് പിന്നെയും ഇരുപത്തിനാല് മണിക്കൂറുകൾ. അപ്പോഴേക്കും ററാരൻറ്റെല അവസാനിച്ചിരിക്കും. ഇരുപത്തിനാലും ഏഴും ? ജീവിക്കാൻ മുപ്പത്തൊന്നു മണിക്കൂറുകൾ.

ഹെൽമർ: (വലതുഭാഗത്തെ വാതിൽക്കൽ) എന്തു പറ്റി നമ്മുടെ കുഞ്ഞുവാനമ്പാടിക്ക്?

നോറ: (വിടർന്ന കൈകളോടെ അയാളിലേക്ക് ഓടിയണയുന്നു) ഇതാ അവൾ!

അങ്കം മൂന്ന്

അതേ മുറി. വട്ടമേശ മുറിയുടെ മദ്ധ്യഭാഗത്തേക്ക് മാറ്റിയിട്ടുണ്ട്. കസേരകൾ അതിനു ചുറ്റുമായി ഇട്ടിരിക്കുന്നു. മേശപ്പുറത്ത് ഒരു വിളക്ക് പ്രകാശിച്ചുകൊണ്ടിരിക്കുന്നു. ഹാളിലേക്കുള്ള വാതിൽ തുറന്നു കിടക്കുകയാണ്. മുകൾനിലയിൽനിന്നു വരുന്ന നൃത്തസംഗീതം കേൾക്കാം. മിസിസ് ലിൻഡെ അലസമായി ഒരു പുസ്തകത്തിന്റെ താളുകൾ മറിച്ചുകൊണ്ട് മേശയ്ക്കരികെ ഇരിക്കുകയാണ്; അവൾ വായിക്കാൻ ശ്രമിക്കുന്നു, ഏകാഗ്രത കിട്ടുന്നില്ല എന്നു തോന്നും. വല്ല ശബ്ദവും പ്രതീക്ഷിച്ച് അവൾ ഒന്നോ രണ്ടോ തവണ മുൻവാതിൽക്കലേക്ക് പ്രക്ഷുബ്ധയായി ശ്രദ്ധിക്കുന്നു.

മി.ലിൻഡെ: (തന്റെ വാച്ചിൽ നോക്കിക്കൊണ്ട്) ഇപ്പോഴും ഇവിടെ എത്തിയിട്ടില്ല. ഇനി അധികസമയം ബാക്കിയില്ല. അയാൾ വരാതിരിക്കില്ല എന്ന് ആശിക്കാനേ എനിക്ക്... (അവൾ വീണ്ടും ശ്രദ്ധിക്കുന്നു) ഹൊ, അതാ എത്തിപ്പോയി. (അവൾ ഹാളിലൂടെ പുറത്തേക്ക് പോകുന്നു. ജാഗ്രതയോടെ മുൻവാതിൽ തുറക്കുന്നു. കോണിപ്പടികളിലെ പതിഞ്ഞ പാദപതനങ്ങൾ കേൾക്കുന്നു. അവൾ മന്ത്രിക്കുന്നു) അകത്തേക്ക് വരൂ. ഇവിടെ മറ്റാരുമില്ല.

ക്രോഗ്സ്റ്റഡ്: (വാതിൽക്കൽ) വീട്ടിൽ നിന്റെ ഒരു കുറിപ്പ് കണ്ടു. എന്താണ് ഇതിന്റെയൊക്കെ അർത്ഥം?

മി.ലിൻഡെ: എനിക്ക് നിങ്ങളോട് സംസാരിക്കേണ്ടിയിരുന്നു.

ക്രോഗ്സ്റ്റഡ്: ഓഹോ? അത് ഇവിടെവെച്ചാകണമായിരുന്നോ, ഈ വീട്ടിൽ വെച്ച്?

മി.ലിൻഡെ: അത് ഞാൻ താമസിക്കുന്നിടത്ത് സാദ്ധ്യമാവില്ല. അവിടെ അതിനുള്ള സൗകര്യമില്ല. അകത്തേക്ക് വരൂ. ഇവിടെ നമ്മൾ തികച്ചും തനിച്ചാണ്. വേലക്കാരി ഉറക്കത്തിലും ഹെൽമർ ദമ്പതിമാർ മുകൾ നിലയിലെ വിരുന്നിലുമാണ്.

ക്രോഗ്സ്റ്റഡ്: (മുറിയിലേക്ക് പ്രവേശിക്കുന്നു) കൊള്ളാം, കൊള്ളാം! അപ്പോൾ ഹെൽമർ ദമ്പതിമാർ ഈ രാത്രിയിൽ പുറത്തു പോയി നൃത്തമാടുന്നു! വാസ്തവം?

മി.ലിൻഡെ: അതെ, എന്തുകൊണ്ട് പാടില്ല?

ക്രോഗ്സ്റ്റഡ്: തീർച്ചയായും, എന്തുകൊണ്ട് പാടില്ല!

മി.ലിൻഡെ: അപ്പോൾ ശരി, നീൽസ്, നമുക്ക് സംസാരിക്കാം.

ക്രോഗ്സ്റ്റഡ്: നമുക്ക് രണ്ടു പേർക്കുമായി സംസാരിക്കാൻ ഇനിയുമുണ്ടോ വല്ലതും?

മി.ലിൻഡെ: നമുക്ക് ഒട്ടേറെ കാര്യങ്ങളെക്കുറിച്ച് സംസാരിക്കാനുണ്ട്.

ക്രോഗ്സ്റ്റഡ്: എനിക്കങ്ങനെ തോന്നിയിട്ടില്ല

മി.ലിൻഡെ: അതിനു കാരണം നിങ്ങൾ ഒരിക്കലും എന്നെ ശരിയായി മനസ്സിലാക്കിയിട്ടില്ല എന്നതാണ്.

ക്രോഗ്സ്റ്റഡ്: മറ്റെന്താണ് മനസ്സിലാക്കാനുണ്ടായിരുന്നത്, ആ പഴയ, അറുപഴഞ്ചൻ കെട്ടുകഥയെക്കൂടാതെ? ഹൃദയമില്ലാത്ത ഒരുവൾ ഒരു പുരുഷനെ വലിച്ചെറിയുന്നു, കുറച്ചുകൂടി ലാഭകരമായ മറ്റൊരു ബന്ധം വാഗ്ദാനം ചെയ്യപ്പെട്ട അതേ നിമിഷത്തിൽ.

മി.ലിൻഡെ: ഞാൻ അത്രയും ഹൃദയശൂന്യയാണെന്ന് സത്യമായും നിങ്ങൾ കരുതുന്നുണ്ടോ? അത് അനായാസം ഛേദിച്ചുകളയാൻ എനിക്ക് കഴിഞ്ഞു എന്ന് നിങ്ങൾ വിശ്വസിക്കുന്നുണ്ടോ?

ക്രോഗ്സ്റ്റഡ്: അതല്ലേ സത്യം?

മി.ലിൻഡെ: അതാണ് സത്യമെന്ന് യഥാർത്ഥത്തിൽ നിങ്ങൾ വിശ്വസിക്കുന്നില്ലല്ലോ?

ക്രോഗ്സ്റ്റഡ്: അങ്ങനെ അല്ലായിരുന്നെങ്കിൽ അത്തരമൊരു കത്ത് എന്തുകൊണ്ട് നീ എനിക്കെഴുതി?

മി.ലിൻഡെ: എനിക്ക് മറ്റൊന്നും ചെയ്യാൻ കഴിയുമായിരുന്നില്ല. അതവസാനിപ്പിക്കണമെങ്കിൽ, എന്നെച്ചൊല്ലി നിങ്ങളിൽ ഉണ്ടായിരുന്ന എല്ലാത്തരം വൈകാരികാനുഭൂതികളും നശിപ്പിക്കേണ്ടതാണെന്ന് എന്റെ കർത്തവ്യബോധം എന്നെ നിർബ്ബന്ധിക്കുന്നതായി തോന്നി.

ക്രോഗ്സ്റ്റഡ്: (മുഷ്ടി ചുരുട്ടികൊണ്ട്) അപ്പോൾ അത് അങ്ങനെയായിരുന്നു. എന്നിട്ട്, അതെല്ലാം... പണത്തിനു വേണ്ടിയായിരുന്നു!

മി.ലിൻഡെ: നിങ്ങൾ മറക്കരുത്, നീൽസ്, ആലംബമില്ലാത്ത ഒരമ്മയും പ്രായമാകാത്ത രണ്ടനുജന്മാരും എനിക്കുണ്ടായിരുന്നു എന്നത്. ഞങ്ങൾക്ക് നിങ്ങളെ കാത്തിരിക്കാൻ കഴിയുമായിരുന്നില്ല. ആ സമയത്ത് അതിനുമാത്രം പ്രത്യാശയ്ക്കു വക നൽകുന്ന യാതൊന്നും താങ്കളുടെ തൊട്ടു മുന്നിൽ ഉണ്ടായിരുന്നില്ല.

ക്രോഗ്സ്റ്റഡ്: ഒരുപക്ഷേ അങ്ങനെയായിരിക്കാം. എന്നാൽ ഏതോ ഒരുത്തനെ വേണ്ടി എന്നെ വലിച്ചെറിയാനുള്ള അവകാശം നിനക്കുണ്ടായിരുന്നില്ല.

മി.ലിൻഡെ: എന്തോ, എനിക്കറിയില്ല. എന്നെ നീതീകരിക്കാമോ എന്ന് എത്രയോ വട്ടം ഞാൻ എന്നോടുതന്നെ ചോദിച്ചിരിക്കുന്നു.

ക്രോഗ്സ്റ്റഡ്: (അല്പം ശാന്തമായി) നിന്നെ എനിക്ക് നഷ്ടമായപ്പോൾ, അത് എന്റെ കാൽക്കീഴിലെ മണ്ണ് ഒലിച്ചുപോയതുപോലെയായിരുന്നു. ഇപ്പോൾ എന്നെ നോക്കൂ: ജീവിതത്തിന്റെ നഷ്ടാവശിഷ്ടങ്ങളിൽ അള്ളിപ്പിടിച്ചുനിൽക്കുന്ന ഒരു തകർന്ന മനുഷ്യൻ.

മി.ലിൻഡെ: സഹായം അടുത്തെത്തിയിട്ടുണ്ടാവാം.

ക്രോഗ്സ്റ്റഡ്: അത് അടുത്തെത്തിയിരുന്നു. അപ്പോൾ നീ ഈ ദൂരമത്രയും വന്ന് വഴിമുടക്കി.

മി.ലിൻഡെ: അശേഷം അറിഞ്ഞുകൊണ്ടല്ല നീൽസ്. ഞാൻ ഇന്നാണു കേട്ടത് ബാങ്കിൽ നിങ്ങൾക്കു പകരമാണ് എന്നെ നിയമിക്കാൻ പോകുന്നതെന്ന്.

ക്രോഗ്സ്റ്റഡ്: നീ അങ്ങനെയാണ് പറയുന്നതെങ്കിൽ ഞാനത്

വിശ്വസിക്കാം. എന്നാൽ ഇപ്പോൾ നീ അതറിഞ്ഞ സ്ഥിതിക്ക് നിനക്ക് പിന്മാറിക്കൂടേ?

മി.ലിൻഡെ: ഇല്ല, അതു നിങ്ങൾക്ക് ഒട്ടും പ്രയോജനം ചെയ്യില്ല.

ക്രോഗ്സ്റ്റഡ്: പ്രയോജനം... പ്രയോജനം! ഞാനായിരുന്നെങ്കിൽ അതുതന്നെ ചെയ്യുമായിരുന്നു.

മി.ലിൻഡെ: ജാഗ്രതയോടെ നീങ്ങാനാണ് ഞാൻ പഠിച്ചത്. ജീവിതത്തിലെ കഠിനവും കയ്പേറിയതുമായ അനുഭവങ്ങൾ എന്നെ അത് പഠിപ്പിച്ചിട്ടുണ്ട്.

ക്രോഗ്സ്റ്റഡ്: ജീവിതം എന്നെ പഠിപ്പിച്ചതോ പഞ്ചാര പ്രസംഗങ്ങളെ അവിശ്വസിക്കാനും

മി.ലിൻഡെ: എങ്കിൽ ജീവിതം നിങ്ങളെ വലിയൊരു യുക്തിയും പഠിപ്പിച്ചിട്ടുണ്ട്. തീർച്ചയായും നിങ്ങൾ പ്രവൃത്തികളിൽ വിശ്വസിക്കുന്നുണ്ടാവണം.

ക്രോഗ്സ്റ്റഡ്: നീ എന്താണർത്ഥമാക്കുന്നത്?

മി.ലിൻഡെ: നിങ്ങൾ പറഞ്ഞു, ജീവിതത്തിന്റെ നഷ്ടാവശിഷ്ടങ്ങളിൽ അള്ളിപ്പിടിച്ചു നിൽക്കുന്ന ഒരു തകർന്ന മനുഷ്യനെപ്പോലെയാണ് നിങ്ങളെന്ന്.

ക്രോഗ്സ്റ്റഡ്: തക്കതായ കാരണമുള്ളതുകൊണ്ട് അതു ഞാൻ പറഞ്ഞു.

മി.ലിൻഡെ: അതുപോലെ ഞാനും തന്റെ ജീവിതത്തിന്റെ നഷ്ടാവശിഷ്ടങ്ങളിൽ അള്ളിപ്പിടിച്ചു നിൽക്കുന്ന ഒരുവളാണ്. അശ്രയിക്കാനോ ആശ്രയിക്കപ്പെടാനോ ആരുമില്ലാത്തവൾ.

ക്രോഗ്സ്റ്റഡ്: അത് നീ തന്നെ വരുത്തിവെച്ചതാണ്.

മി.ലിൻഡെ: ആ സന്ദർഭത്തിൽ വേറെ വഴിയുണ്ടായിരുന്നില്ല.

ക്രോഗ്സ്റ്റഡ്: ആകട്ടെ, അതിന് ?

മി.ലിൻഡെ: നീൽസ്, ഭ്രഷ്ടരായ നാം രണ്ടുപേരും ഒരുമിച്ചൊരു ശക്തിയാകുന്നതിനെപ്പറ്റി എന്തു പറയുന്നു?

ക്രോഗ്സ്റ്റഡ്: നീ പറയുന്നതിന്റെ അർത്ഥം?

മി.ലിൻഡെ: തകർന്നുപോയ നാം വേറെ വേറെ നിൽക്കുന്നതിനേക്കാൾ വിജയ സാദ്ധ്യത ഒരുമിച്ചു നിൽക്കുന്നതാണ്, തീർച്ച.

ക്രോഗ്സ്റ്റഡ്: ക്രിസ്റ്റൈൻ!

മി.ലിൻഡെ: ഞാൻ പട്ടണത്തിലേക്കുവന്നത് എന്തുകൊണ്ടാണെന്നു വിചാരിക്കുന്നു?

ക്രോഗ്സ്റ്റഡ്: നീ സൂചിപ്പിക്കുന്നത്, നീ എന്നെക്കുറിച്ച് ഓർത്തെന്നാണോ?

മി.ലിൻഡെ: ജോലിയില്ലാതെ എനിക്ക് ജീവിക്കാൻ കഴിഞ്ഞിട്ടില്ല. ജീവിതം മുഴുക്കെ ഞാൻ ജോലി ചെയ്തിട്ടുണ്ട്, എന്റെ ഓർമ്മ നീളുന്നിടത്തോളം; അതായിരുന്നു എന്നുമെന്റെ ഏറ്റവും വലിയ ആനന്ദം. പക്ഷേ ഇന്നു ഞാൻ ഈ ലോകത്ത് തികച്ചും ഏകയാണ്; അതിന്റേതായ ഭയങ്കരമായ ശൂന്യതയും നിസ്സഹായതയും അനുഭവിക്കുകയാണ്. തനിക്കുവേണ്ടി മാത്രം ജോലി ചെയ്യുന്നതിൽ യാതൊരു സന്തോഷവുമില്ല. ആർക്കെങ്കിലും എന്തിനെങ്കിലും വേണ്ടി ജോലി ചെയ്യാനുള്ള ഒരവസ്ഥ എനിക്ക് തരൂ, നീൽസ്.

ക്രോഗ്സ്റ്റഡ്: ഇതൊന്നും ഞാൻ വിശ്വസിക്കില്ല. ഇത് സ്ത്രീസഹജമായ ഒരുതരം മനോരോഗമാണ്, വലിയ മഹാമനസ്കയായും ആത്മ ത്യാഗിനിയായും നടിക്കൽ.

മി.ലിൻഡെ: ഈ മനോരോഗം എനിക്കുള്ളതായി മുമ്പെപ്പോഴെങ്കിലും തോന്നിയിരുന്നോ?

ക്രോഗ്സ്റ്റഡ്: സത്യത്തിൽ നീ ഇതു ചെയ്യുമോ? എന്നോട് പറയൂ- എന്റെ ഭൂതകാലത്തെക്കുറിച്ചുള്ളതെല്ലാം നിനക്കറിയാമോ?

മി.ലിൻഡെ: അറിയാം.

ക്രോഗ്സ്റ്റഡ്: ആളുകൾ എന്നെക്കുറിച്ച് എന്തു കരുതുന്നുവെന്ന് നിനക്കറി യാം?

മി.ലിൻഡെ: അല്പം മുമ്പ് നിങ്ങൾ സൂചിപ്പിച്ചു, എന്റെ കൂടെയായിരുന്നെങ്കിൽ നിങ്ങൾ മറ്റൊരു മനുഷ്യനാകുമായിരുന്നു എന്ന്.

ക്രോഗ്സ്റ്റഡ്: എന്ന് എനിക്ക് ബോദ്ധ്യമുണ്ട്.

മി.ലിൻഡെ: അത് ഇനിയും സംഭവിച്ചുകൂടേ?

ക്രോഗ്സ്റ്റഡ്: ക്രിസ്റ്റൈൻ! നിനക്കറിയാം നീ പറയുന്നതെന്താണെന്ന്, അല്ലേ? അതെ, നിനക്കറിയാം. നിനക്കറിയാമെന്ന് ഞാൻ മനസ്സി ലാക്കുന്നു. സത്യത്തിൽ അതിനുള്ള ധൈര്യം നിനക്കുണ്ടോ..?

മി.ലിൻഡെ: എനിക്ക് ആരുടെയെങ്കിലും അമ്മയാകണം. നിങ്ങളുടെ കുട്ടി കൾക്ക് ഒരമ്മയെ ആവശ്യമാണ്. നമുക്ക് രണ്ടു പേർക്കും പരസ്പരം വേണം. നീൽസ്, നിങ്ങളുടെ ഉള്ളിന്റെ ഉള്ളിലെ മനുഷ്യനിൽ എനിക്ക് വിശ്വാസമുണ്ട്. നിങ്ങളുമൊത്താകുമ്പോൾ എനിക്ക് എന്തിനേയും നേരിടാം.

ക്രോഗ്സ്റ്റഡ്: (അവളുടെ കൈകൾ കടന്നുപിടിച്ച്) നിനക്കു നന്ദി, നിനക്കു നന്ദി, ക്രിസ്റ്റൈൻ. ഇനി ഞാൻ നഷ്ടപ്പെട്ടതെല്ലാം വീണ്ടെടുക്കും, അഥവാ അതിനുള്ള ശ്രമത്തിൽ മുഴുകും. ഓ, പക്ഷേ ഞാൻ ഒരു കാര്യം പറയാൻ വിട്ടു...

മി.ലിൻഡെ: ശ്ശ്! ററാരൻറെറലാ! നിങ്ങൾ ഉടനെ പോകണം!

ക്രോഗ്സ്റ്റഡ്: എന്തുകൊണ്ട്? എന്താത്?

മി.ലിൻഡെ: മുകൾ നിലയിലെ നൃത്തം കേൾക്കുന്നില്ലേ? അത് തീരുന്ന തോടെ അവരിങ്ങെത്തും

ക്രോഗ്സ്റ്റഡ്: ശരി, ഞാൻ പോയേക്കാം. എന്തെങ്കിലും ചെയ്യാനുള്ള സമയം കഴിഞ്ഞുപോയി. തീർച്ചയായും നിനക്കൊന്നുമറിയില്ല, ഹെൽമർ ദമ്പതികൾക്കെതിരെ ഞാൻ എന്തൊക്കെ നീക്കങ്ങൾ നടത്തി എന്നതിനെപ്പറ്റി.

മി.ലിൻഡെ: അറിയാം നീൽസ്, എനിക്കറിയാം.

ക്രോഗ്സ്റ്റഡ്: എന്നിട്ടും നീ ആഗ്രഹിക്കുന്നു....

മി.ലിൻഡെ: എനിക്കറിയാം, നൈരാശ്യം നിങ്ങളെപ്പോലൊരു മനുഷ്യനെ ക്കൊണ്ട് എന്തൊക്കെ ചെയ്യിക്കുമെന്ന്.

ക്രോഗ്സ്റ്റഡ്: ഹോ, ഞാൻ ചെയ്തതെല്ലാം തിരുത്താനായെങ്കിൽ!

മി.ലിൻഡെ: അതിന് ഇനിയും സാധിക്കും. നിങ്ങളുടെ കത്ത് ഇപ്പോഴും ആ പെട്ടിയിൽത്തന്നെയുണ്ട്.

ക്രോഗ്സ്റ്റഡ്: നിനക്കുറപ്പുണ്ടോ?
മി.ലിൻഡെ: നല്ല ഉറപ്പുണ്ട്. പക്ഷേ...
ക്രോഗ്സ്റ്റഡ്: (സംശയദൃഷ്ടിയോടെ അവളെ ചുഴിഞ്ഞുനോക്കിക്കൊണ്ട്) അപ്പോൾ അവിടെയാണോ സംഗതികൾ എത്തിനിൽക്കുന്നത്? എന്തു വിലകൊടുത്തും നിനക്ക് നിന്റെ കൂട്ടുകാരിയെ രക്ഷിക്കണമെന്നാണോ? നേർക്കുനേരെ പറയൂ, അതാണോ കാര്യം?
മി.ലിൻഡെ: ഒരിക്കൽ മറ്റുള്ളവർക്കുവേണ്ടി തന്നത്താൻ വിറ്റ നിങ്ങൾ വീണ്ടും അതു തന്നെ ചെയ്യുകയില്ല.
ക്രോഗ്സ്റ്റഡ്: എന്റെ കത്ത് മടക്കിത്തരാൻ ഞാനാവശ്യപ്പെടും.
മി.ലിൻഡെ: പാടില്ല. പാടില്ല.
ക്രോഗ്സ്റ്റഡ്: നിശ്ചയമായും ഞാൻ ചോദിക്കും. ഹെൽമർ വരുന്നതുവരെ ഞാനിവിടെ കാത്തിരിക്കും. ഞാൻ അയാളോടു പറയും എന്റെ കത്ത് തിരിച്ചുതന്നേ പറ്റൂ എന്ന്...അത് എന്റെ നോട്ടീസിനെക്കുറിച്ചു മാത്രമുള്ളതാണെന്ന്... അതുകൊണ്ട് അയാൾ അത് വായിക്കേണ്ടതില്ലെന്നും...
മി.ലിൻഡെ: അരുത് നീൽസ്, അത് തിരിച്ചാവശ്യപ്പെടരുത്.
ക്രോഗ്സ്റ്റഡ്: പക്ഷേ നീ എന്നെ ഇവിടെ വിളിച്ചുവരുത്താനുണ്ടായ കാരണം അതു തന്നെയായിരുന്നില്ലേ?
മി.ലിൻഡെ: ആയിരുന്നു. എന്റെ ആദ്യത്തെ സംഭ്രാന്തമായ പ്രതികരണം അങ്ങനെയായിരുന്നു.പക്ഷേ അത് ഇന്നലെയായിരുന്നു. തുടർന്നു വന്ന ഇരുപത്തിനാലു മണിക്കൂറുകൾക്കുള്ളിൽ തികച്ചും അവിശ്വസനീയമായ സംഭവവികാസങ്ങൾക്ക് ഈ വീട്ടിൽ ഞാൻ സാക്ഷ്യം വഹിക്കേണ്ടിവന്നു. ഹെൽമർ സർവ്വവും അറിഞ്ഞേ തീരൂ. അസുഖകരമായ ഈ രഹസ്യം വെളിപ്പെട്ടേ പറ്റൂ. ആ രണ്ടുപേർക്കുമിടയിലെ സകലതും സുതാര്യമായിരിക്കണം. ഈ രഹസ്യപരതയും കാപട്യവും തുടർന്നുപോകാൻ പാടില്ല തന്നെ.
ക്രോഗ്സ്റ്റഡ്: ശരി, ആ ദുർഘടം നീ ഏറ്റെടുക്കാനാഗ്രഹിക്കുന്നെങ്കിൽ... എങ്കിൽ ഒരു കാര്യം എനിക്ക് ചെയ്യാനാവും, ഞാനത് ഉടൻതന്നെ ചെയ്തിരിക്കും...
മി.ലിൻഡെ: (ശ്രദ്ധിച്ചുകൊണ്ട്) മതി! വേഗം പോകൂ! നൃത്തം കഴിഞ്ഞു. ഇനി ഒരു നിമിഷം പോലും നാം ഇവിടെ സുരക്ഷിതരല്ല.
ക്രോഗ്സ്റ്റഡ്: ഞാൻ നിന്നെ കാത്തുനിൽക്കാം, കോണിപ്പടിക്കു താഴെ.
മി.ലിൻഡെ: ശരി, കാത്തുനിൽക്കൂ. എന്റെ താമസസ്ഥലംവരെ ഒരുമിച്ച് പോകാം.
ക്രോഗ്സ്റ്റഡ്: ഇതുപോലെ അവിശ്വസനീയമായ ഒരാനന്ദം മുമ്പൊരിക്കലും എനിക്കുണ്ടായിട്ടില്ല.
(മുൻവാതിലിലൂടെ അയാൾ പുറത്തേക്ക് പോകുന്നു. ഹാളിലേക്കുള്ള വാതിൽ തുറന്നുകിടക്കുന്നു)
മി.ലിൻഡെ: (മുറിയിലെ വസ്തുക്കൾ യഥാസ്ഥാനത്തല്ലേയെന്ന് ധൃതിയിൽ പരിശോധിക്കുന്നു. തന്റെ കോട്ടും തൊപ്പിയുമെടുത്ത് തയ്യാറാക്കി വെക്കുന്നു.) കാര്യങ്ങൾ എങ്ങനെ മാറുന്നു! കാര്യങ്ങൾ എങ്ങനെ

മാറുന്നു! ആർക്കെങ്കിലും വേണ്ടി ജോലി ചെയ്യുക... ആർക്കെങ്കിലും വേണ്ടി ജീവിക്കുക... ആനന്ദം പകരാൻ ഒരു വീടുണ്ടാവുക... ഇനി ഞാൻ അതിലൊന്നു മുഴുകട്ടെ... അവരൊന്നു വേഗം വന്നെങ്കിൽ... (ശ്രദ്ധിക്കുന്നു) ങാ, അവരെത്തിപ്പോയി... ഇനി പോകാനൊരുങ്ങാം.

(അവൾ തന്റെ കോട്ടും തൊപ്പിയുമെടുക്കുന്നു. ഹെൽമറുടേയും നോറയുടേയും ശബ്ദങ്ങൾ പുറത്തു കേൾക്കാം. വാതിൽ തുറക്കുന്ന ശബ്ദം. ഹെൽമർ ഏറക്കുറെ ബലം പ്രയോഗിച്ച് നോറയെ ഹാളിലേക്ക് തള്ളുന്നു. അവൾ ഇറ്റാലിയൻ ശൈലിയിലുള്ള വസ്ത്രമാണ് ധരിച്ചിരിക്കുന്നത്. അതിന്റെ മേലെ ഒരു വലിയ കറുത്ത ഷാളും. അയാൾ സായാഹ്ന വേഷത്തിലാണ്. അതിന്റെ മേലെ ഒരു കറുത്ത മേലങ്കി കുടുക്കിടാതെയും.)

നോറ: (വാതിൽക്കൽതന്നെ നിന്ന്, വൈമനസ്യത്തോടെ) ഇല്ല, ഇല്ല, ഇങ്ങോട്ട് ഞാനില്ല! എനിക്ക് മുകളിലേക്കുതന്നെ മടങ്ങിപ്പോകണം. ഇത്ര നേരത്തേ വിട്ടു വരാൻ എനിക്കൊട്ടും താല്പര്യമില്ല.

ഹെൽമർ: പക്ഷേ എന്റെ പൊന്നു നോറാ...

നോറ: ഓ, പ്ലീസ് ടോർവാൾഡ്, ഞാൻ യാചിക്കുന്നു... ദയവായി, ഒരു മണിക്കൂർ നേരത്തേക്കു മാത്രം.

ഹെൽമർ: നോറ, എന്റെ കരളേ, ഒരു മിനുട്ടു പോലും പറ്റില്ല. മറക്കരുത്, നീ അതു നേരത്തേ സമ്മതിച്ചതാണ്. വരണം, അകത്തേക്കു വരണം. ഇവിടെ നിന്നാൽ നിനക്ക് തണുപ്പു പിടിക്കും.

(അയാൾ അവളുടെ ചെറുത്തുനിൽപ്പ് വകവെക്കാതെ മൃദുവായും എന്നാൽ ബലം പ്രയോഗിച്ചും അവളെ മുറിയിലേക്ക് കൊണ്ടുവരുന്നു.)

മി.ലിൻഡെ: ഗുഡീവനിങ്ങ്.

നോറ: ക്രിസ്റ്റൈൻ!

ഹെൽമർ:എന്ത്,ക്രിസ്റ്റൈൻ,ഇത്ര വൈകിയിട്ടും ഇവിടെ ഇരുന്നുകളഞ്ഞോ?

മി.ലിൻഡെ: അതെ. നിങ്ങൾ എന്നോട് ക്ഷമിക്കണം. ഈ വേഷത്തിൽ നോറയെ കാണാൻ അത്ര വളരെ ആഗ്രഹിച്ചുപോയി.

നോറ: നീ എന്നെയും കാത്താണോ ഇവിടെ ഇരുന്നത്?

മി.ലിൻഡെ: അതെ. ഖേദപൂർവ്വം പറയട്ടെ, നിങ്ങൾ മുകളിലേക്ക് പോകും മുമ്പ് ഇവിടെ എത്താൻ എനിക്കു കഴിഞ്ഞില്ല. നിന്നെ കാണാതെ മടങ്ങിപ്പോകാനും മനസ്സു വന്നില്ല.

ഹെൽമർ: (നോറയുടെ ഷാൾ എടുത്തുമാറ്റിക്കൊണ്ട്) ഇതാ, ഇവളെ നന്നായി കണ്ടോളൂ. ഇവൾ കാണേണ്ട കാഴ്ച തന്നെയാണെന്ന് ഞാൻ പറയും. എന്താ, ഇവൾ മനോഹരിയായിരിക്കുന്നില്ലേ, മിസിസ് ലിൻഡെ?

മി.ലിൻഡെ: അതെ, എന്നു മാത്രമല്ല...

ഹെൽമർ: അസാധാരണമാംവിധം സുന്ദരി, എന്നല്ലേ? അതു തന്നെയാണ് അവിടെ കൂടിയവരെല്ലാം ചിന്തിച്ചത്. പക്ഷേ ഇവൾ ഭയങ്കര വാശിക്കാരിയാണ് കേട്ടോ... ഈ ഓമനക്കുഞ്ഞ്! അതിനു പക്ഷേ

നമ്മളെന്തു ചെയ്യും? നിങ്ങൾ വിശ്വസിക്കുമോ, ഇവളെ ഇങ്ങോട്ടൊന്നു കൊണ്ടുവരാൻ ഇത്തിരി ബലപ്രയോഗം തന്നെ വേണ്ടിവന്നു.

നോറ: എന്റെ ടോർവാൾഡ്, അതിന് നിങ്ങൾ ഖേദിക്കേണ്ടിവരും. ഒരു അരമണിക്കൂറെങ്കിലും എന്നെ അവിടെ തങ്ങാൻ വിടാഞ്ഞതിന്.

ഹെൽമർ: ഇത് കേൾക്കുന്നുണ്ടോ മിസിസ് ലിൻഡെ? ഇവളുടെ നൃത്തം നടന്നുകൊണ്ടിരിക്കുമ്പോൾ ഉഗ്രൻ കൈയ്യടിയായിരുന്നു - അത് ശരിക്കും അർഹിക്കുന്നതു തന്നെ, പ്രകടനം ഒട്ടൊക്കെ യഥാതഥമായിപ്പോയെങ്കിലും... ഞാനുദ്ദേശിക്കുന്നത്, ഏതാണ്ട് കുറേയൊക്കെ കലാപരമായ വീക്ഷണകോണിലൂടെ കർശനമായി നോക്കുമ്പോൾ എന്നാണ്. പക്ഷേ എന്തുമാകട്ടെ! പ്രധാന സംഗതി ഇവൾ ഒരു വിജയമായിരുന്നു എന്നതാണ്, ഗംഭീര വിജയം. അതും കഴിഞ്ഞ് ഞാനിവളെ അവിടെത്തന്നെ നിർത്തുമെന്നാണോ വിചാരം? നേടിയ മതിപ്പ് നഷ്ടപ്പെടാൻ? അതിന് എന്നോട് നന്ദി പറ! ഞാൻ എന്റെയീ കുഞ്ഞു കാപ്രിപ്പെണ്ണിനെ - എന്റെ ചഞ്ചലമനസ്കയായ കാപ്രിപ്പെൺകിടാവിനെ എന്നാണ് പറയേണ്ടത് - ഒരു കൈയ്യാൽ ചുറ്റിയെടുത്ത് ഒരിളം കാറ്റിന്റെ ആവേഗത്തോടെ മുറിയിൽ ആകെയൊന്നു വട്ടം കറങ്ങുകയും, ഏവർക്കുമായി ഒരു പ്രണാമം നൽകുകയും ചെയ്തു. അതോടെ - നോവലുകളിൽ വർണ്ണിക്കുംപോലെ -ആ മോഹനദൃശ്യം മാഞ്ഞുപോയി. ഒരു നിഷ്ക്രമണം എല്ലാംകൊണ്ടും ഫലപ്രദമായിരിക്കണം, മിസിസ് ലിൻഡെ. പക്ഷേ എനിക്കത് നോറയെ ബോദ്ധ്യപ്പെടുത്താനേ കഴിയുന്നില്ല. ഓ! ഇവിടെ വല്ലാത്ത ചൂട്. (തന്റെ കോട്ട് ഊരി ഒരു കസേരമേൽ എറിയുന്നു, തന്റെ മുറിയുടെ വാതിൽ തുറക്കുന്നു.) എന്ത് ? ഇവിടെ ഇരുട്ടാണല്ലോ. ഓ, അതെ, സ്വഭാവികമായും. എന്നോട് ക്ഷമിക്കണേ...

(അയാൾ അകത്തു പോയി ഏതാനും മെഴുകുതിരികൾ കത്തിക്കുന്നു.)

നോറ: (തിടുക്കത്തിൽ, ശ്വാസമടക്കിപ്പിടിച്ച് മന്ത്രിക്കുന്നു) എന്തായി?

മി.ലിൻഡെ: (ശബ്ദം താഴ്ത്തി) ഞാൻ അയാളുമായി സംസാരിച്ചു.

നോറ: എന്നിട്ട്...?

മി.ലിൻഡെ: നോറാ... നീ നിന്റെ ഭർത്താവിനോട് എല്ലാം പറയണം.

നോറ: (നിർവികാരതയോടെ) അത് എനിക്കറിയാം.

മി.ലിൻഡെ: ഇനി നിനക്ക് ക്രോഗ്സ്റ്റഡിനെ ഭയപ്പെടേണ്ടതായി ഒന്നുമില്ല. പക്ഷേ നീ പറഞ്ഞേ തീരൂ.

നോറ: ഞാൻ പറയില്ല.

മി.ലിൻഡെ: എങ്കിൽ ആ കത്ത് പറയും.

നോറ: നിനക്കു നന്ദി, ക്രിസ്റ്റൈൻ. ഇനി എന്തു ചെയ്യണമെന്ന് എനിക്കറിയാം. ശ്ശ്....!

ഹെൽമർ: (തിരിച്ചുവന്ന്) ശരി, മിസിസ് ലിൻഡെ, പ്രശംസകളെല്ലാം പറഞ്ഞു തീർന്നുവോ?

മി.ലിൻഡെ: ഓ, ഇനി ഞാൻ ശുഭരാത്രി ആശംസിച്ചോട്ടെ.

ഹെൽമർ: ഓഹോ, ഇപ്പോൾത്തന്നെ? ഇതൊക്കെ നിങ്ങളുടേതാണോ, ഈ തുന്നൽ സാമഗ്രികൾ?

മി.ലിൻഡെ: (അവ എടുക്കുന്നു) അതെ, നന്ദി. ഞാനിത് മറന്നു പോകുമായിരുന്നു.

ഹെൽമർ: അപ്പോൾ നിങ്ങൾ തുന്നാറുണ്ട്, ങേ?

മി.ലിൻഡെ: ഉണ്ട്.

ഹെൽമർ: പകരം നിങ്ങൾ എംബ്രോയ്ഡറി ചെയ്യണം, എന്താ?

മി.ലിൻഡെ: ഓ? അതെന്താ?

ഹെൽമർ: തമ്മിൽ രസം അതാണ്. ശ്രദ്ധിക്കു! നിങ്ങൾ എംബ്രായ്ഡറി ഇതാ ഇങ്ങനെ ഇടതുകൈയ്യിൽ പിടിക്കുന്നു, എന്നിട്ട് നിങ്ങൾ സൂചി വലതു കൈയ്യിലെടുക്കുന്നു, ഇതുപോലെ, അതിനുശേഷം നിങ്ങൾ ഒരു നീണ്ട, ചേതോഹരമായ വക്രരേഖ ചിത്രീകരിക്കുന്നു. എന്താ അങ്ങനെയല്ലേ?

മി.ലിൻഡെ: അതെ, അങ്ങനെയാണെന്ന് തോന്നുന്നു...

ഹെൽമർ: അതു വെച്ചു നോക്കുമ്പോൾ തുന്നൽ ഒരു മുഷിപ്പൻ പരിപാടിയാണ്. നോക്കു! വശങ്ങളിൽ അമർത്തിപ്പിടിച്ച്, തുന്നൽ സൂചികൾ മുകളിലേക്കും താഴേക്കും കുത്തിക്കയറ്റുന്നത്. അതിലൊരു ചൈനീസ് സ്വഭാവമുണ്ട്... ആ, അവർ പകർന്നു തന്ന ഷാംപെയ്ൻ പരമരസികൻ!

മി.ലിൻഡെ: ശരി, ഗുഡ് നൈറ്റ് നോറാ! പിന്നെ, പിടിവാശിയൊക്കെ നിർത്തണം കേട്ടോ.

ഹെൽമർ: നന്നായിരിക്കുന്നു, മിസിസ് ലിൻഡെ!

മി.ലിൻഡെ: ഗുഡ്നൈറ്റ്, മിസ്റ്റർ ഹെൽമർ.

ഹെൽമർ: (വാതിൽക്കലോളം അവളെ അനുഗമിച്ചുകൊണ്ട്) ഗുഡ്നൈറ്റ്, ശുഭരാത്രി! നിങ്ങൾ വിഷമം കൂടാതെ വീടെത്തുമെന്ന് ഞാൻ ആശിച്ചോട്ടെ? നിങ്ങളെ അവിടംവരെ അനുഗമിക്കാൻ എനിക്ക് യാതൊരു വിരോധവും...... അല്ല, അത്ര കൂടുതലൊന്നും നടക്കാനില്ലല്ലോ നിങ്ങൾക്ക്. ശുഭരാത്രി, ശുഭരാത്രി! (അവൾ പോകുന്നു. അവൾക്കു പിന്നിൽ അയാൾ വാതിലടക്കുന്നു. തിരിച്ചു വരുന്നു.) ഒടുവിൽ അവളിൽനിന്നും രക്ഷപ്പെട്ടു. അങ്ങനെ നാം തനിച്ചായി. ആ പെണ്ണൊരുത്തി ഭയങ്കര ബോറാണ് കേട്ടോ, ആ മുടിഞ്ഞവൾ.

നോറ: താങ്കൾ വല്ലാതെ ക്ഷീണിച്ചില്ലേ, ടോർവാൾഡ്?

ഹെൽമർ: ഹേയ്, ഒട്ടും ക്ഷീണിച്ചില്ല.

നോറ: ഉറക്കം വരുന്നില്ല?

ഹെൽമർ: അശേഷമില്ല. മറിച്ച് അങ്ങേയറ്റത്തെ ഉന്മേഷമാണെനിക്ക്. നിന്റെ സ്ഥിതിയെന്താ? അല്ല, നീ ശരിക്കും വാടിത്തളർന്ന പോലെയുണ്ട്.

നോറ: ശരിയാണ്, ഞാൻ വല്ലാതെ ക്ഷീണിച്ചു. എനിക്ക് ഉടനെ പോയി കിടക്കയിലേക്ക് വീണാൽ മതിയെന്നുണ്ട്.

ഹെൽമർ: കണ്ടില്ലേ, ഇപ്പോൾ നിനക്ക് ബോദ്ധ്യപ്പെട്ടില്ലേ! നമ്മൾ അവിടെ ഇനിയൊട്ടും തങ്ങിക്കൂടെന്ന് ഞാൻ പറഞ്ഞത് ശരിയായി വന്നില്ലേ?

നോറ: അതെ ടോർവാൾഡ്, താങ്കളെപ്പോഴും ശരിയായതു മാത്രം ചെയ്യുന്നു.

ഹെൽമർ: (അവളുടെ നെറ്റിയിൽ ചുംബിച്ചുകൊണ്ട്) ഇതാ എന്റെ കുഞ്ഞുവാനമ്പാടി വിവേകപൂർവ്വം സംസാരിക്കുന്നു. ഇന്നു വൈകീട്ട് ഡോക്ടർ റാങ്ക് എത്രമാത്രം ഉല്ലാസവാനായിരുന്നെന്ന് നീ ശ്രദ്ധിച്ചിരുന്നോ?

നോറ: ഓഹോ, നേരാണോ? അദ്ദേഹത്തെ കണ്ടു സംസാരിക്കാൻ ഒരവസരം എനിക്കു കിട്ടിയില്ല.

ഹെൽമർ: എനിക്കും വേണ്ടപോലെ കഴിഞ്ഞില്ല. എന്നാലും ഇത്ര സന്തോഷവാനായി ഞാൻ അദ്ദേഹത്തെ കണ്ടിട്ട് എത്ര കാലമായെന്നോ.

(ഒന്നുരണ്ടു നിമിഷം നോറയെത്തന്നെ നോക്കുന്നു. തുടർന്ന് അവളോട് കൂടുതലടുക്കുന്നു) ഹാ, നമ്മുടെ സ്വന്തം വീട്ടിൽ തിരിച്ചെത്തിയതും നിന്നെ തനിച്ചു കിട്ടിയതും ഒരത്ഭുതം പോലെ തോന്നുന്നു. എന്റെ നോറാ, എന്തൊരു വിലോഭനീയമായ സൗന്ദര്യമാണ് നിന്റേത്!

നോറ: എന്നെ അങ്ങനെ നോക്കല്ലേ, ടോർവാൾഡ്!

ഹെൽമർ: എന്റെ ഈ അമൂല്യനിധിയെ നോക്കാതിരിക്കാൻ എനിക്ക് കഴിയുമോ? ഈ അനുപമസൗന്ദര്യം മുഴുവൻ എന്റേതാണല്ലോ, എന്റേതു മാത്രം, പരിപൂർണ്ണമായും പരമമായും എന്റേതു മാത്രം.

നോറ: (മേശയുടെ മറ്റൊരു വശത്തേക്ക് ചുറ്റിനടന്നുകൊണ്ട്) ഈ രാത്രിയിൽ ഇങ്ങനെയൊന്നും എന്നോട് പറയരുത്.

ഹെൽമർ: നിന്റെ രക്തത്തിൽ ഇപ്പോഴും റാറാരൻറെറലയുണ്ട്. ഞാനത് കാണുന്നു. അതു നിന്നെ പതിവിലേറെ വശ്യമോഹിനിയാക്കുന്നു. ശ്രദ്ധിക്കൂ! അതിഥികൾ ഇപ്പോൾ പിരിഞ്ഞുപോകാൻ തുടങ്ങുകയാണ്. (സൗമ്യമായി) നോറ... വൈകാതെ ഈ പാർപ്പിടമാകെ നിശ്ശബ്ദമാകും.

നോറ: അതാണ് ഞാൻ ആഗ്രഹിക്കുന്നത്.

ഹെൽമർ: തീർച്ചയായും നീ അതാഗ്രഹിക്കുന്നു, അല്ലേ നോറാ, എന്റെ ഓമനേ? നിനക്കറിയാമോ, ഞാൻ നിന്റെ കൂടെ വിരുന്നു സൽക്കാരത്തിന് പുറത്തു പോകുമ്പോഴെല്ലാം.... എന്തുകൊണ്ടാണ് ഞാൻ നിന്നോട് ഏറെയൊന്നും സംസാരിക്കാത്തതെന്നും എന്തുകൊണ്ടാണ് ഞാൻ നിന്നിൽനിന്നും അകന്നുനിന്ന് ആൾക്കൂട്ടത്തിനിടയിലൂടെ ഇടക്കിടെ നിന്റെ നേരെ കണ്ണെറിയാറുള്ളതെന്നും... ഞാൻ അങ്ങനെ ചെയ്യുന്നത് എന്തുകൊണ്ടാണെന്ന് നിനക്കറിയാമോ? എന്തുകൊണ്ടെന്നാൽ ഞാൻ സങ്കൽപ്പിക്കുകയാണ്, നാം തമ്മിൽ നിഗൂഢമായ പ്രണയത്തിലാണെന്നും, രഹസ്യമായി വിവാഹവാഗ്ദാനം കൈമാറിയിട്ടുണ്ടെന്നും, നമുക്കിടയിൽ ഇങ്ങനെയൊന്നുണ്ടെന്ന് യാതൊരാളും സംശയിക്കുന്നില്ലെന്നും.

നോറ: അതെ, അതെ, എനിക്കറിയാം താങ്കളുടെ ചിന്തകൾ എല്ലായ്പ്പോഴും എന്നെ കേന്ദ്രീകരിച്ചാണ്, തീർച്ചയായുമതെ.

ഹെൽമർ: പിന്നെ, ഇറങ്ങാൻ നേരത്ത് ഞാൻ നിന്റെ ഷാൾ നിന്റെ വടിവൊത്ത, യൗവ്വനം തുടിക്കുന്ന, വശ്യമായ വട്ടക്കഴുത്തിൽ ചുറ്റിയപ്പോൾ... ഞാൻ സ്വപ്നം കാണുകയായിരുന്നു, നീ എന്റെ

നവ വധുവാണെന്നും, നാം നമ്മുടെ വിവാഹം കഴിഞ്ഞ് ഇറങ്ങുകയാണെന്നും, ഞാൻ നിന്നെ എന്റെ വീട്ടിലേക്ക് ആദ്യമായി കൊണ്ടുവരികയാണെന്നും... നീയുമൊത്തുള്ള ആദ്യത്തെ ഏകാന്തതയിലേക്ക് നീങ്ങുകയാണെന്നും... തികച്ചും ഏകാന്തമായി നിന്റെ യൗവ്വനം ത്രസിക്കുന്ന വിറയാർന്ന മനോഹാരിതയുമായി ചേരുകയാണെന്നും! ഈ സായാഹ്നത്തിലുടനീളം ഞാൻ നിന്നെ മാത്രം മോഹിക്കുകയായിരുന്നു, മറ്റൊരു ചിന്തയുമില്ലാതെ. പിന്നെ നൃത്തവേളയിലെ നിന്റെ ചലനങ്ങളും നിന്റെ കണ്ണുകളിൽ മിന്നി മറയുന്ന തീക്ഷ്ണ രശ്മികളും ശ്രദ്ധിച്ചുകൊണ്ടിരുന്നപ്പോൾ എന്റെ ചോരയ്ക്ക് തീ പിടിക്കുകയായിരുന്നു... എനിക്കത് അധികനേരം അടക്കാനാകുമായിരുന്നില്ല... അതുകൊണ്ടാണ് ഞാൻ അത്രയും നേരത്തേ നിന്നെയുംകൊണ്ട് പോന്നത്...

നോറ: അങ്ങോട്ട് പോകൂ ടോർവാൾഡ്! ദയവായി എന്നെ തനിച്ച് വിടൂ. ഞാൻ അത് അനുവദിക്കുകയില്ല.

ഹെൽമർ: എന്താണിത്? ഇത് നിന്റെയൊരു കുഞ്ഞു സൂത്രം മാത്രം, അല്ലേ എന്റെ കുഞ്ഞുനോറാ? അനുവദിക്കുകയില്ലെന്ന്! അനുവദിക്കുകയില്ലെന്ന്! ഞാൻ നിന്റെ ഭർത്താവല്ലേ...?

(മുൻവശത്തെ വാതിലിന്മേൽ ഒരു മുട്ട്)

നോറ: (നടുങ്ങി) ശ്രദ്ധിക്കൂ..!

ഹെൽമർ: (ഹാളിനു നേരെ പോകുന്നു) ആരാണവിടെ?

ഡോ.റാങ്ക്: (പുറത്ത്) ഇതു ഞാനാണ്. ഒരു നിമിഷത്തേക്ക് അകത്തു വന്നോട്ടെ?

ഹെൽമർ: (സ്വൈരം കെട്ട്, താഴ്ന്ന സ്വരത്തിൽ) ഓ, ഈ നേരത്ത് ഇയാൾക്കെന്താണ് വേണ്ടത്? (ഉറക്കെ) ഒരു നിമിഷം നിൽക്കൂ. (അങ്ങോട്ടു നടന്ന് വാതിൽ തുറക്കുന്നു.) ഇങ്ങോട്ടു വരാൻ തോന്നിയതിൽ വളരെ സന്തോഷം.

ഡോ.റാങ്ക്: താങ്കളുടെ ശബ്ദം കേട്ടതായി തോന്നിയതും, ഒന്നു കയറിയിറങ്ങാമെന്നു വിചാരിച്ചു. (ധൃതിയിൽ ചുറ്റുമൊന്ന് കണ്ണോടിക്കുന്നു) ഹാ, ഈ പ്രിയപ്പെട്ട സുപരിചിതമായ പഴയ സ്ഥലം! ഇവിടെ നിങ്ങൾ ജീവിതം ആസ്വദിക്കുന്നു, ശാന്തമായും സുഖകരമായും, നിങ്ങളിരുവരും.

ഹെൽമർ: മുകളിൽവെച്ച് താങ്കൾ ശരിക്കും ഒന്നാഘോഷിച്ചതായി കരുതുന്നു.

ഡോ.റാങ്ക്: കേമമായിത്തന്നെ! എന്തുകൊണ്ടായിക്കൂടാ? ഈ ലോകത്ത് കിട്ടാവുന്ന സൗകര്യങ്ങളെല്ലാം എന്തുകൊണ്ടാസ്വദിച്ചുകൂടാ? കുറഞ്ഞപക്ഷം ഒരാൾക്ക് സാധിക്കുന്നതെല്ലാം അനുഭവിക്കണം, സാധിക്കുന്ന കാലത്തോളം. ആ വൈൻ തകർപ്പനായിരുന്നു.

ഹെൽമർ: പ്രത്യേകിച്ചും ഷാംപെയ്ൻ

ഡോ.റാങ്ക്: അപ്പോൾ നിങ്ങളും അത് ശ്രദ്ധിച്ചു, അല്ലേ? കൈയും കണക്കുമില്ലാതെ ഞാൻ അകത്താക്കി, കേട്ടോ,

നോറ: ഇന്നു രാത്രി ഹെൽമറും കുടിച്ചിട്ടുണ്ട് കുറേയേറെ ഷാംപെയ്ൻ.

ഡോ.റാങ്ക്: ഓഹോ?

നോറ: അതെ, ഇനി നല്ല രസത്തിലായിരിക്കും കക്ഷി.

ഡോ.റാങ്ക്: ആകട്ടെ, പകൽനേരത്ത് നന്നായി പ്രയത്നിച്ചൊരാൾ വൈകുന്നേരം ഇത്തിരി വിനോദിക്കുന്നതിൽ എന്താണ് തകരാറ്?

ഹെൽമർ: നന്നായി പ്രയത്നിച്ചോ? എന്ന് ശരിക്കങ്ങ് അവകാശപ്പെടാൻ പറ്റാത്തതിൽ ഞാൻ ഖേദിക്കുന്നു, കേട്ടോ.

ഡോ.റാങ്ക്: (അയാളുടെ ചുമലിൽ തട്ടിക്കൊണ്ട്) എന്നാൽ സുഹൃത്തേ, നിങ്ങൾക്കറിയാമോ, എനിക്കത് കഴിയും!

നോറ: ഡോക്ടർ റാങ്ക്, ഇന്നു താങ്കൾ ഒരു ലബോറട്ടറി പരീക്ഷണം നിർവ്വഹിച്ചു എന്നു ഞാൻ പറഞ്ഞാൽ?

ഡോ.റാങ്ക്: വളരെ ശരി.

ഹെൽമർ: കേൾക്കുന്നുണ്ടോ, നമ്മുടെ കുഞ്ഞുനോറ ശാസ്ത്രീയ പരീക്ഷണത്തെക്കുറിച്ച് സംസാരിക്കുന്നത്!

നോറ: അതിന്റെ ഫലപ്രാപ്തിയിൽ താങ്കളെ ഞാൻ അഭിനന്ദിച്ചോട്ടെ?

ഡോ.റാങ്ക്: ഓ, ആവാം.

നോറ: ഫലം തൃപ്തികരമായിരുന്നോ?

ഡോ.റാങ്ക്: സാദ്ധ്യമായതിലേക്കും മികച്ചത്, ഡോക്ടർക്കെന്നപോലെ രോഗികൾക്കും - അതുറപ്പ്!

നോറ: (അയാളെ ചുഴിഞ്ഞുനോക്കിക്കൊണ്ട്, പെട്ടെന്ന്) ഉറപ്പ്?

ഡോ.റാങ്ക്: പരിപൂർണ്ണമായ ഉറപ്പ്. ആയതിനാൽ അതിനു ശേഷം എന്തുകൊണ്ടെനിക്ക് വിനോദമായിക്കൂടാ?

നോറ: തികച്ചും ശരിയാണ് ഡോക്ടർ റാങ്ക്.

ഹെൽമർ: എനിക്കും തികഞ്ഞ യോജിപ്പാണ്, അക്കാരണത്താൽ നാളെ കാലത്ത് താങ്കൾ ക്ലേശിക്കാതിരിക്കുന്നേടത്തോളം.

ഡോ.റാങ്ക്: തരക്കേടില്ല. ഈ ജീവിതത്തിൽ നിങ്ങൾക്കൊരിക്കലും വില കൊടുക്കാതെ യാതൊന്നും കിട്ടുകയില്ല.

നോറ: ഡോക്ടർ റാങ്ക്... താങ്കൾക്ക് പ്രച്ഛന്നവേഷനൃത്ത പ്രകടനങ്ങൾ അത്യധികം ഇഷ്ടമാണ്, അല്ലേ?

ഡോ.റാങ്ക്: ആണ്, ധാരാളം രസികൻ വേഷങ്ങളുണ്ടാവുമ്പോൾ...

നോറ: എങ്കിൽ പറയൂ, അടുത്ത തവണ നമുക്ക് രണ്ടു പേർക്കും ഏതൊക്കെ വേഷങ്ങളാവാം?

ഹെൽമർ: ഇതാണ് നിന്റെ ചപലസ്വഭാവം.... ഒന്നു കഴിഞ്ഞതേയുള്ളൂ, അടുത്തതിനെക്കുറിച്ചായി ചിന്ത!

ഡോ.റാങ്ക്: നാം രണ്ടു പേരും? ഞാൻ പറയട്ടെ, നിനക്ക് ഒരു പെൺപക്ഷിയുടെ വേഷമാകാം...

ഹെൽമർ: ശരി,പക്ഷേ അതിനു പറ്റിയ വേഷവിധാനം നിങ്ങൾ എങ്ങനെ കണ്ടെത്തും?

ഡോ.റാങ്ക്: അതിന് നിങ്ങളുടെ ഭാര്യ നിത്യവും ധരിക്കുന്ന വസ്ത്രം തന്നെ ധാരാളം...

ഹെൽമർ: നല്ല നിർദ്ദേശം. ആകട്ടെ, അപ്പോൾ താങ്കൾ ഏതു വേഷത്തിലായിരിക്കും?

ഡോ.റാങ്ക്: ശരി, എന്റെ പ്രിയ സുഹൃത്തേ, എനിക്ക് കൃത്യമായറിയാം, ഞാൻ എന്തായിരിക്കണമെന്ന്.

ഹെൽമർ: ഓഹോ?

ഡോ.റാങ്ക്: അടുത്ത പ്രച്ഛന്നവേഷനൃത്തവേളയിൽ ഞാൻ അദൃശ്യനായിരിക്കും.

ഹെൽമർ: അതൊരു രസികനാശയം!

ഡോ.റാങ്ക്: ഒരുതരം വലിയ കറുത്ത മേലങ്കിയുണ്ട്... നിങ്ങൾ കേട്ടിട്ടില്ലേ, അദൃശ്യതയുടെ മേലങ്കിയെപ്പറ്റി? അത് നിങ്ങളുടെ മേൽ കണിശമായി വന്നുവീഴുന്നു. അതോടെ യാതൊരാൾക്കും നിങ്ങളെ കാണാൻ കഴിയാതാവുന്നു.

ഹെൽമർ: (ഒരു പുഞ്ചിരി അമർത്തിക്കൊണ്ട്) തീർച്ചയായും, അത് വാസ്തവം.

ഡോ.റാങ്ക്: പക്ഷേ ഞാൻ വന്ന കാര്യം ഭംഗിയായി മറന്നു. ഹെൽമർ, എനിക്കൊരു ചുരുട്ട് തരൂ, ഒരു കറുത്ത ഹവാന.

ഹെൽമർ: വളരെ വളരെ സന്തോഷത്തോടെ.

(അയാൾ തന്റെ കെയ്സ് നീട്ടുന്നു)

ഡോ.റാങ്ക്: (ഒന്നെടുത്ത് അതിന്റെ അറ്റം മുറിച്ചുകളയുന്നു) നന്ദി.

നോറ: (തീപ്പെട്ടിയുരച്ച്) കത്തിച്ചു തരാൻ എന്നെ അനുവദിക്കൂ.

ഡോ.റാങ്ക്: നിങ്ങൾക്കു നന്ദി. (അവൾ തീ നീട്ടുന്നു, അയാൾ കത്തിക്കുന്നു) ഇനിയിപ്പോൾ... ഗുഡ് ബൈ !

ഹെൽമർ: ഗുഡ് ബൈ, ഗുഡ്ബൈ, എന്റെ പ്രിയ മിത്രമേ!

നോറ: നന്നായുറങ്ങൂ, ഡോക്ടർ റാങ്ക്.

ഡോ.റാങ്ക്: ഈയൊരാശംസയ്ക്ക് പ്രത്യേക നന്ദി.

നോറ: എനിക്കും അതുതന്നെ ആശംസിക്കൂ.

ഡോ.റാങ്ക്: നിങ്ങൾക്ക്? തീർച്ചയായും, എന്റെ ആശംസ ആശിക്കുന്നെങ്കിൽ... സുഖനിദ്രയുണ്ടാവട്ടെ. കൂടാതെ തീ തന്നതിനും നന്ദി.

(അയാൾ ഇരുവർക്കും നേരെ തലയാട്ടുന്നു, പോകുന്നു.)

ഹെൽമർ: (ശാന്തമായി) അദ്ദേഹത്തിന് കുടിക്കാനുള്ള കാരണങ്ങൾ ഒരു പാടുണ്ടല്ലോ.

നോറ: (അശ്രദ്ധമായി) തികച്ചും സ്വാഭാവികം.

(ഹെൽമർ കീശയിൽനിന്നും താക്കോൽക്കൂട്ടമെടുത്ത് ഹാളിലേക്ക് പോകുന്നു.)

നോറ: ടോർവാൾഡ്.... നിങ്ങളവിടെ എന്തു ചെയ്യാൻ പോകുന്നു?

ഹെൽമർ: കത്തുപെട്ടി കാലിയാക്കട്ടെ, അത് ശരിക്കും നിറഞ്ഞിരിക്കുന്നു കാലത്ത് പത്രങ്ങളിടാൻ സ്ഥലമുണ്ടാവില്ല...

നോറ: ഈ രാത്രിയിലും ജോലി ചെയ്യാൻ പോവുകയാണോ?

ഹെൽമർ: അല്ലെന്ന് നിനക്ക് നല്ലപോലെ അറിയാം. അല്ല, ഇതെന്താ? പൂട്ടിന്മേൽ ആരോ എന്തോ ചെയ്തുവെച്ചിരിക്കുന്നു.

നോറ: പൂട്ടിന്മേൽ ?

ഹെൽമർ: അതെ, സംശയമില്ല. ഇത് എന്തിനായിരിക്കും? വേലക്കാരികൾ ഇതു ചെയ്യുമെന്ന് തോന്നുന്നുണ്ടോ...? ഇതാ ഒരു പൊട്ടിയ

ഹെയർപിൻ നോറാ, ഇതു നിന്റേതാണല്ലോ...

നോറ: (ധൃതിയിൽ) അത് കുട്ടികളായിരിക്കണം...

ഹെൽമർ: എങ്കിൽ നീ അവരോടു പറയണം ഇതാവർത്തിക്കരുതെന്ന്. ഓ... കണ്ടോ... ഒരുവിധത്തിൽ തുറക്കാൻ പറ്റി. (അയാൾ കത്തുകൾ പുറത്തെടുക്കുന്നു, എന്നിട്ട് അടുക്കളഭാഗത്തേക്കു നോക്കി ഉറക്കെ വിളിക്കുന്നു) ഹെലൻ!... ഹെലൻ, ഹാളിലെ വെളിച്ചം കെടുത്തിയേക്കു (കത്തുകളുമായി മുറിയിലേക്ക് തിരിച്ചു വരുന്നു, ഹാളിലേക്കുള്ള വാതിൽ അടക്കുന്നു) നോക്കു, ഒരു കുന കത്തുകൾ. (അവയിലൂടെ കണ്ണോടിക്കുന്നു.) ഇതെന്താണ്?

നോറ: ആ കത്ത്! ഓ, വേണ്ട, ടോർവാൾഡ്, അരുത്!

ഹെൽമർ: രണ്ടു വിസിറ്റിങ് കാർഡുകൾ... ഡോക്ടർ റാങ്കിന്റെ.

നോറ: ഡോക്ടർ റാങ്കിന്റെ?

ഹെൽമർ: (അവയിലേക്ക് നോക്കിക്കൊണ്ട്) ഡോക്ടർ റാങ്ക്, മെഡിക്കൽ പ്രാക്ടീഷണർ, എന്നു മുകളിലുണ്ട്. അയാൾ പോകുമ്പോൾ പെട്ടിയിലിട്ടതായിരിക്കണം.

നോറ: അവയുടെ മേലെ വല്ലതും?

ഹെൽമർ: അദ്ദേഹത്തിന്റെ പേരിന്മേൽ ഒരു കറുത്ത കുരിശ്. നോക്കു എന്തൊരു ഭീകരാശയം! ഇതിപ്പോൾ സ്വന്തം മരണം അദ്ദേഹം തന്നെ പ്രഖ്യാപിക്കുന്നതു പോലെയുണ്ട്.

നോറ: അതു തന്നെ.

ഹെൽമർ: എന്ത്? അതിനെക്കുറിച്ച് നിനക്കെന്തറിയാം? അദ്ദേഹം നിന്നോടെന്തെങ്കിലും പറഞ്ഞോ?

നോറ: പറഞ്ഞു. ഈ കാർഡുകൾ നമുക്ക് കിട്ടുമ്പോഴേക്കും അദ്ദേഹം നമ്മോട് അന്ത്യയാത്ര പറഞ്ഞു കഴിഞ്ഞിരിക്കും എന്നാണ് പറഞ്ഞത്. മുറി അടച്ചു ഭദ്രമാക്കിയ ശേഷം മരിക്കാനാണ് അദ്ദേഹം ഉദ്ദേശിക്കുന്നത്.

ഹെൽമർ: പാവം മനുഷ്യൻ! അദ്ദേഹം ഏറെക്കാലം നമ്മോടൊപ്പമുണ്ടാവില്ലെന്ന് നിസ്സംശയം ഞാൻ മനസ്സിലാക്കിയിരുന്നു. എങ്കിലും ഇത്രയും നേരത്തേ.... അതും മുറിവേറ്റ ഒരു മൃഗത്തെപ്പോലെ സ്വയം വരിച്ച ഒളിവിൽ കിടന്ന്....

നോറ: അത് സംഭവിച്ചേ തീരൂ എന്നാണെങ്കിൽ, അത് നിശ്ശബ്ദം സംഭവിക്കുന്നതാണ് ഉത്തമം. താങ്കൾക്കും അങ്ങനെ തോന്നുന്നില്ലേ, ടോർവാൾഡ്?

ഹെൽമർ: (മുന്നിലേക്കും പിന്നിലേക്കും നടന്ന്) അദ്ദേഹം നമ്മളുമായി അത്യധികം അടുത്തുകഴിഞ്ഞിരുന്നു. അദ്ദേഹം പോയ്ക്കഴിഞ്ഞതായി സങ്കൽപ്പിക്കാൻ എനിക്ക് കഴിയുമെന്നു തോന്നുന്നില്ല. ആ മനുഷ്യന്റെ സഹനവും ആ മനുഷ്യന്റെ ഏകാന്തതയും ഏറക്കുറെ ഒരിരുണ്ട മേഘപശ്ചാത്തലം ഒരുക്കിയതുപോലെ തോന്നിച്ചിരുന്നു, സൂര്യശോഭയാർന്ന നമ്മുടെ ജീവിതത്തിന്. ശരിയാണ്, ഒരുപക്ഷേ ഇതായിരിക്കാം എല്ലാം കൊണ്ടും ഉത്തമം, അദ്ദേഹത്തെ സംബന്ധിച്ച് ഏതു നിലയ്ക്കും. (വിരാമം) അതുപോലെ, നോറാ, നമ്മെ സംബന്ധിച്ചും.

ഇനി നമുക്ക് നാം രണ്ടുപേർ മാത്രം. (അവളെ ചുറ്റിപ്പിടിച്ച്) ഹോ, എന്റെ പ്രിയപ്പെട്ടവളേ, എനിക്കു നിന്നെ മതിവരുവോളം അടുക്കിപ്പിടിക്കാൻ കഴിയുന്നില്ല. നിനക്കറിയാമോ, നോറാ... പലപ്പോഴും ഞാൻ സങ്കല്പിച്ചുപോകാറുണ്ട്, നിനക്ക് അതിഭയങ്കരമായ ഏതോ അത്യാപത്ത് നേരിടേണ്ടിവരുന്നതും അപ്പോൾ ഞാൻ എനിക്കുള്ള സർവ്വവും, എന്റെ ശരീരവും ആത്മാവും നിന്റെ രക്ഷയ്ക്കായി സമർപ്പിക്കുന്നതും.

നോറ: (അയാളിൽനിന്നും പതുക്കെ ഒഴിഞ്ഞുമാറി, ഉറപ്പിച്ചും തറപ്പിച്ചും) ഇനി താങ്കൾ ഈ കത്തുകൾ വായിക്കണം, ടോർവാൾഡ്.

ഹെൽമർ: ഇല്ല, ഇല്ല, ഇന്നു രാത്രി ഇല്ല. പ്രിയപ്പെട്ടവളേ, ഇന്നു രാത്രി എനിക്ക് നിന്നോടൊത്തു കഴിയണം.

നോറ: താങ്കളുടെ സുഹൃത്ത് മരിച്ചുകൊണ്ടിരിക്കുന്നു എന്ന വിചാരം മനസ്സിൽ നിറഞ്ഞു നിൽക്കുമ്പോഴോ...?

ഹെൽമർ: നീ പറഞ്ഞതു ശരിയാണ്. അത് നമുക്കിരുവർക്കും ഒരാഘാതമാണ്. ഈ അസുഖകരമായ സംഗതി നമ്മെ പരസ്പരം അകറ്റിയിരിക്കുന്നു... മരണത്തിന്റെയും നാശത്തിന്റെയും ചിന്തകൾ. നാം സ്വന്തം നിലയിൽ അതിൽനിന്നും മോചിതകരാവാൻ ശ്രമിക്കേണ്ടിയിരിക്കുന്നു. അതുവരെ... നമുക്ക് വേർപെട്ടിരിക്കാം.

നോറ: (കൈകൾ അയാളുടെ കഴുത്തിൽ ചുറ്റി) ടോർവാൾഡ്....

ശുഭരാത്രി! ശുഭരാത്രി!

ഹെൽമർ: (അവളുടെ നെറ്റിയിൽ ചുംബിക്കുന്നു) എന്റെ കുഞ്ഞുവാനമ്പാടീ, ശുഭരാത്രി. നോറാ, നന്നായുറങ്ങുക. ഞാൻ ഈ കത്തുകളെല്ലാം ഒന്നോടിച്ചുനോക്കട്ടെ.

(അയാൾ കത്തുകളുമായി തന്റെ മുറിയിലേക്കു കടന്ന്, അതിന്റെ വാതിലടക്കുന്നു.)

നോറ: (തനിക്കു ചുറ്റും തപ്പിത്തടയുന്നു. ഉന്മത്തമായ കണ്ണുകളോടെ ഹെൽമറുടെ മേലങ്കി കടന്നെടുക്കുന്നു, തന്റെ മേൽ ചുറ്റുന്നു, എന്നിട്ട് ധൃതഗതിയിലും പരുഷമായും നിർത്തിനിർത്തിയും മന്ത്രിക്കുന്നു) ഇനിയൊരിക്കലും അദ്ദേഹത്തെ കാണാതിരിക്കുക... ഒരിക്കലും, ഒരിക്കലും, ഒരിക്കലും, (തന്റെ ഷാൾ തന്റെ തലയിലേക്കെറിയുന്നു) കുട്ടികളേയും ഇനി കാണാതിരിക്കുക... ഒരിക്കലും, ഒരിക്കലും, ഒരിക്കലും. ഹൊ, ആ ഇരുണ്ട ശീതജലം, ഹോ, ആ നിലയില്ലാത്ത ആഴത്തിലേക്ക്...! ഇതൊന്നവസാനിച്ചിരുന്നെങ്കിൽ! ഇപ്പോൾ അദ്ദേഹത്തിന് അതു കിട്ടിയിരിക്കും. ഇപ്പോൾ അദ്ദേഹം അത് വായിക്കുകയാവും. ഓ, ഇല്ല, ഇല്ല! ഇനിയും വായിച്ചില്ല! ടോർവാൾഡ്, വിട... എന്റെ കുഞ്ഞുങ്ങളേ...

(അവൾ ഹാളിനെ ലക്ഷ്യമാക്കി കുതിക്കുന്നു. അതേ നിമിഷത്തിൽ ഹെൽമർ വാതിൽ വലിച്ചുതുറക്കുകയും നിവർത്തിപ്പിടിച്ച ഒരു കത്തുമായി അവിടെത്തന്നെ നിൽക്കുകയും ചെയ്യുന്നു.)

ഹെൽമർ: നോറാ!

നോറ: (ആർത്തനാദംപോലെ) ഹാ!

ഹെൽമർ: ഇത് എന്താണ്? ഈ കത്തിൽ എന്താണെന്ന് നിനക്കറിയാമോ?

നോറ: അറിയാം, എനിക്കറിയാം. എന്നെ പോകാൻ അനുവദിക്കൂ! എന്നെ പുറത്തേക്ക് വിടൂ.

ഹെൽമർ: (അവളെ പിന്നാക്കം പിടിച്ച്) നീ എങ്ങോട്ടു പോകുന്നു?

നോറ: (അയാളിൽനിന്ന് ഒഴുഞ്ഞുമാറാൻ ശ്രമിച്ച്) താങ്കൾ എന്നെ രക്ഷിക്കാൻ ശ്രമിക്കേണ്ട, ടോർവാൾഡ്!

ഹെൽമർ: (പിന്നിലേക്ക് ചാഞ്ചാടുന്നു.) സത്യമാണോ! അയാൾ ഈ എഴുതിയിരിക്കുന്നത് സത്യമാണോ? എന്തു ഭയാനകം! അല്ല, അല്ല, ഇത് സത്യമാകാൻ സാദ്ധ്യതയില്ല.

നോറ: ഇത് സത്യം തന്നെ. ഈ ലോകത്തിലെ മറ്റെന്തിനെക്കാളും ഞാൻ താങ്കളെ സ്നേഹിച്ചിട്ടുണ്ട്.

ഹെൽമർ: വില കുറഞ്ഞ കുറേ ക്ഷമാപണങ്ങൾ കൊണ്ട് എന്നെ പറ്റിക്കാമെന്നു കരുതേണ്ടാ.

നോറ: (അയാളുടെ നേരെ ഒരു ചുവടു വെച്ച്) ടോർവാൾഡ്...!

ഹെൽമർ: നശിച്ചവളേ... നീ ഈ ചെയ്തിരിക്കുന്നതെന്താണ്?

നോറ: ഞാൻ പോകട്ടെ... എനിക്കു വേണ്ടി ഈ കുറ്റം ഏറ്റെടുക്കാൻ താങ്കളെ ഞാൻ അനുവദിക്കുകയില്ല. ഇത് താങ്കൾ സ്വന്തം തലയിലേക്ക് വലിച്ചുകയറ്ററുത്.

ഹെൽമർ: ഈ കപടാഭിനയം നിർത്തണം! (മുൻവാതിൽ പൂട്ടുന്നു.) നീ കാട്ടിക്കൂട്ടിയതിനെക്കുറിച്ച് വിശദമായൊരു വിവരണം തരാതെ നീ എങ്ങും പോകുന്നില്ല.നീ ചെയ്തതെന്താണെന്ന് നീ മനസ്സിലാക്കുന്നുണ്ടോ? ഉത്തരം പറ! നീ മനസ്സിലാക്കുന്നുണ്ടോ?

നോറ: (അയാളെ തറപ്പിച്ചു നോക്കുന്നു, മുഖം വലിഞ്ഞു മുറുകുന്നു.) ഉണ്ട്, ഇപ്പോൾ ഞാൻ യഥാർത്ഥത്തിൽ മനസ്സിലാക്കാൻ തുടങ്ങുന്നു.

ഹെൽമർ: (അങ്ങോട്ടുമിങ്ങോട്ടും നടന്നുകൊണ്ട്) ഹൊ, ഇത് എന്തൊരു ഘോരമായ കണ്ണു തുറപ്പിക്കലാണ്! ഈ എട്ടു വർഷക്കാലം മുഴുവൻ... എന്റെ ആനന്ദവും അഭിമാനവുമായിരുന്ന ഇവൾ... ഒരു കപടനാട്യക്കാരി, ഒരു കള്ളി, അല്ല, അതിനേക്കാൾ ഹീനയായ, ഒരു കുറ്റവാളി! ഹൊ, എന്തൊരു പരമ നികൃഷ്ടമായ നീക്കങ്ങൾ! ഛീ! കഷ്ടം! (നോറ അയാളിൽത്തന്നെ ദൃഷ്ടിയുറപ്പിച്ചുകൊണ്ട് നിശ്ശബ്ദം നിൽക്കുന്നു.) ഇതുപോലെ എന്തെങ്കിലും സംഭവിക്കുമെന്ന് ഞാൻ തിരിച്ചറിയേണ്ടതായിരുന്നു. എനിക്ക് ദീർഘദൃഷ്ടി വേണ്ടതായിരുന്നു. എല്ലാം നിന്റെ അച്ഛന്റെ നിരുത്തരവാദമായ രീതികൾ... മിണ്ടരുത്! നിന്റെ അച്ഛന്റെ സർവ്വവിധ തോന്ന്യാസങ്ങളും നിന്നിലൂടെ വെളിപ്പെടുകയാണ്. മതമില്ല. സദാചാരമില്ല. കർത്തവ്യബോധമില്ല.. ഹോ, അയാളുടെ ദുഷ്കൃത്യങ്ങളെ കണ്ടില്ലെന്നു നടിച്ചതിന് എനിക്കു കിട്ടിയ ശിക്ഷയാണിത്. ഞാൻ അങ്ങനെ ചെയ്തത് നിനക്കു വേണ്ടിയായിരുന്നു. എന്നിട്ട് ഇതാണെനിക്ക് തിരിച്ചുകിട്ടിയത്.

നോറ: അതെ, ഇത്.

ഹെൽമർ: അങ്ങനെ നീ എന്റെ സന്തോഷമാകെ നശിപ്പിച്ചിരിക്കുന്നു.

മുഴുവൻ ഭാവിയും അപകടത്തിലാക്കിയിരിക്കുന്നു. അതാലോചിക്കു മ്പോൾ ഞാൻ കിടുങ്ങിപ്പോകുന്നു. ഞാനിതാ, എന്തും ചെയ്യാൻ മടിക്കാത്ത ഒരധമന്റെ പിടിയിലായിരിക്കുന്നു. എന്നോടവന് എന്തും കാട്ടാം. ആഗ്രഹിക്കുന്നതെന്തും ആവശ്യപ്പെടാം, എന്തിനു വേണ്ടിയും ആജ്ഞാപിക്കാം... എനിക്ക് ഒന്നു മുറുമുറുക്കാൻപോലും സാദ്ധ്യമാവില്ല. എന്റെ കഥ കഴിഞ്ഞു. ഞാൻ ഒരു ദയനീയ പരാജയമായി. ഇതെല്ലാം ഒരു പെണ്ണിന്റെ ചപലബുദ്ധി നിമിത്തവും!

നോറ: ഞാൻ ഈ ലോകം വിട്ടുപോകുന്നതോടെ താങ്കൾ സ്വതന്ത്രനാവും.

ഹെൽമർ: ഹോ, നിർത്തൂ കപടനാട്യം! നിന്റെ അച്ഛനും ഇതേപോലെയായിരുന്നു, ഒന്നാന്തരം സൂത്രവാക്യങ്ങൾ എപ്പോഴും തയ്യാറാക്കി വെച്ചിരിക്കും. നീ വിമ്പിളക്കുംപോലെ ഈ ലോകം വിട്ട് നീ പോയാൽത്തന്നെ അതുകൊണ്ട് എനിക്കെന്തു ഗുണം? ലവലേശം ഗുണമില്ല. വേണമെങ്കിൽ ഇപ്പോൾത്തന്നെ അയാൾക്കിത് നാടുനീളെ പ്രചരിപ്പിക്കാം. അയാൾ അങ്ങനെ ചെയ്താൽ നിന്റെ ഈ കുറ്റകൃത്യങ്ങളിൽ ഞാനും ഒരു കൂട്ടാളിയാണെന്ന് ജനം സംശയിക്കും. എന്നു മാത്രമല്ല, ഇതിന്റെയെല്ലാം പിന്നിൽ ഞാനൊരുത്തനാണെന്നും ഞാനാണ് നിന്നെ ഇതിലേക്ക് തള്ളിവിട്ടതെന്നു പോലും അവർ ചിന്തിച്ചേക്കാം! ഇതിനു ഞാൻ നന്ദി പറയേണ്ടതും നിന്നോടുതന്നെ... ദാമ്പത്യ ജീവിതത്തിലുടനീളം ഞാൻ അത്രമേൽ പരിഗണിച്ച നിന്നോട്. ഇപ്പോഴെങ്കിലും നീ മനസ്സിലാക്കുന്നുണ്ടോ നീ എന്നോടു ചെയ്തത് എന്താണെന്ന്?

നോറ: (ശാന്തമായും തണുപ്പൻ മട്ടിലും) ഉണ്ട്.

ഹെൽമർ: എനിക്കിത് ഉൾക്കൊള്ളാനേ കഴിയുന്നില്ല. ഇത് അത്ര മാത്രം അവിശ്വസനീയമാണ്. പക്ഷേ നമ്മൾ കാര്യങ്ങളെല്ലാം നേരെ ചൊവ്വെ നിർത്തുന്നതിനെപ്പറ്റി ചിന്തിക്കണം. ആ ഷാൾ എടുത്തു മാറ്റ്. അത് എടുത്തു മാറ്റാനാണ് പറഞ്ഞത്! അയാളെ ശാന്തനാക്കാൻ എന്തെങ്കിലുമൊരു വഴി കണ്ടെത്താൻ കഴിയില്ലേയെന്ന് ആലോചിക്കണമെനിക്ക്. എന്തു വില കൊടുത്തും ഈ സംഗതി ഒതുക്കിത്തീർക്കണം. പിന്നെ നിന്നെ സംബന്ധിച്ചും എന്നെ സംബന്ധിച്ചും കാര്യങ്ങളെല്ലാം പഴയ പോലെ തുടരും. പക്ഷേ ലോകത്തിന്റെ കണ്ണുകളിൽ മാത്രം, അതുറപ്പ്. മറ്റൊരു വിധത്തിൽ പറഞ്ഞാൽ നീ ഇവിടെത്തന്നെ കഴിഞ്ഞുകൂടും. അത്ര തന്നെ. എന്നാൽ കുട്ടികളെ വളർത്താൻ നിനക്കനുവാദമില്ല. അവരെ വിശ്വസിപ്പിച്ചേൽപ്പിക്കാൻ കൊള്ളുന്നവളല്ല നീ... ഓ, ഇതെനിക്കു പറയേണ്ടി വരുന്നത് ഞാൻ അങ്ങേയറ്റം സ്നേഹിച്ച ഒരുത്തിയോടാണല്ലോ എന്നത്.... ഇപ്പോഴും ഞാൻ സ്നേഹിക്കുന്ന.... പോട്ടെ, അതെല്ലാം അവസാനിക്കേണ്ടതും അവസാനിച്ചിരിക്കുന്നതുമാണ്. ഇവിടം തൊട്ട് ജീവിതാനന്ദത്തെക്കുറിച്ച് ചോദ്യമുദിക്കുന്നില്ല. ആകപ്പാടെ നമുക്ക് ചെയ്യാവുന്നത് തകർച്ചയിൽ ശേഷിച്ച പൊട്ടും പൊടിയും സൂക്ഷിച്ചു വെക്കുക എന്നതാണ്, ബാഹ്യവശങ്ങളെ കാത്തുകൊള്ളലാണ്... (മുൻവശത്തെ ഡോർബെൽ ശബ്ദിക്കുന്നു. ഹെൽമറിൽ ഒരു

ഞെട്ടൽ) എന്താണത്? ഈ വൈകിയ വേളയിൽ? അതാലോചി ക്കുമ്പോൾ, എന്തു ഭയാനകമായ... അയാളാണെങ്കിൽ...? ഒളിക്ക്, നോറാ! നിനക്ക് സുഖമില്ലെന്നു പറയാം.

(നോറ ചലനമറ്റു നിൽക്കുന്നു. ഹെൽമർ അങ്ങോട്ടു നടന്ന് ഹാളിലേക്കുള്ള വാതിൽ തുറക്കുന്നു)

പരിചാരിക: (ഹാളിൽ പാതിവേഷത്തിൽ) ഇത് കുഞ്ഞിനുള്ള ഒരു എഴുത്താണ്.

ഹെൽമർ: അത് ഇങ്ങോട്ടു തരൂ. (അത് പെട്ടെന്ന് കൈക്കലാക്കിയ ശേഷം വാതിലടക്കുന്നു.) അതെ, ഇത് അയാൾ അയച്ചതാണ്. ഇത് നിനക്ക് കിട്ടുകയില്ല. ഞാനാണിതു വായിക്കേണ്ടത്.

നോറ: എങ്കിൽ അതു വായിക്കൂ.

ഹെൽമർ: (വിളക്കിനടുത്തു ചെന്ന്) എനിക്ക് ധൈര്യമില്ല. ഒരുപക്ഷേ, ഇതിൽ നമ്മുടെ അന്ത്യം കുറിച്ചിരിക്കും, നമ്മൾ രണ്ടു പേരുടേയും. എന്നാലും എനിക്കറിയണം. (ധൃതിയിൽ കത്ത് തുറക്കുന്നു. ഏതാനും വരികൾ വായിക്കുന്നു, അതിനോടനുബന്ധിച്ചുള്ള മറ്റൊരു ഷീറ്റ് ശ്രദ്ധിക്കുന്നു, ആനന്ദഭരിതമായ ഒരാക്രോശം പുറപ്പെടുവിക്കുന്നു.) നോറാ! (നോറ ജിജ്ഞാസയോടെ അയാളെ നോക്കുന്നു.) നോറാ! എനിക്കിത് വീണ്ടും വായിക്കണം. അതെ, അതെ, ഇതു സത്യമാണ്! ഞാൻ രക്ഷപ്പെട്ടു! നോറാ, ഞാൻ രക്ഷപ്പെട്ടു!

നോറ: അപ്പോൾ ഞാനോ?

ഹെൽമർ: നീയും, ഉറപ്പ്, നാം ഇരുവരും രക്ഷപ്പെട്ടു, എന്നെപ്പോലെ നീയും. നോക്കൂ, നിന്റെ ആ കരാർ രേഖ അയാളിതാ തിരിച്ചു തന്നിരിക്കുന്നു. തന്റെ ചെയ്തികൾക്ക് അയാൾ പശ്ചാത്തപിക്കുന്നു., മാപ്പു ചോദിക്കു ന്നു... അയാളുടെ ഭാഗ്യദോഷം മാറിയത്രെ... ഹോ, ഇനി അയാൾ എന്തു പറഞ്ഞാലും നമുക്കെന്ത്. നാം രക്ഷപ്പെട്ടല്ലോ, നോറ! മേലിൽ യാതൊരാൾക്കും നിന്നെയാതൊന്നും ചെയ്യാൻ സാദ്ധ്യമല്ല. ഹോ, നോറാ, നോറാ... എന്നാലും എല്ലാറ്റിലും മുമ്പ് ഈ കുത്സിതരേഖ യിൽനിന്നാണ് നാം മോചനം നേടേണ്ടത്. ഞാൻ നോക്കട്ടെ... (അയാൾ ആ പ്രമാണത്തിലേക്ക് കണ്ണോടിക്കുന്നു) ഇല്ല, ഞാൻ ഇതു കാണാനാഗ്രഹിക്കുന്നില്ല. ഒരു ദുഃസ്വപ്നത്തിൽ കവിഞ്ഞ് ഇതെനിക്ക് യാതൊന്നുമാകണ്ടാ. (ആ പ്രമാണവും കത്തും തുരുതുരെ വലിച്ചുകീറുന്നു, കഷണങ്ങളെല്ലാം സ്റ്റോവിലേക്കിടുന്നു, അവ കത്തു ന്നത് നോക്കിനിൽക്കുന്നു.) കണ്ടോ, അതാണതിന്റെ അവസാനം. ഈ കുറിപ്പിൽ അയാൾ എഴുതിയിരുന്നു, ക്രിസ്മസിന്റെ തലേന്നാൾ മുതൽ നീ അനുഭവിച്ച... അതിഭീകരമായ മൂന്നു ദിവസങ്ങൾ നീ കഴിച്ചുകൂട്ടിയിരുന്നു, അല്ലേ, നോറാ.

നോറ: ഈ മൂന്നു ദിവസങ്ങൾ സ്വസ്ഥമായിരുന്നില്ല.

ഹെൽമർ: നീ സഹിച്ചിരിക്കാവുന്ന തീവ്രപീഢകൾ! രക്ഷപ്പെടാൻ ആ ഒരു വഴി മാത്രമേ ഉള്ളൂ എന്നു തോന്നിയപ്പോൾ... ഇല്ല, ആ ദാരുണാനു ഭവമാകെ നാം മറക്കുക. നമുക്ക് ആഹ്ലാദത്തോടെ ഇങ്ങനെ വിളിച്ചു പറയാം: അത് അവസാനിച്ചു കഴിഞ്ഞു! അത് അവസാനിച്ചുകഴിഞ്ഞു!

ഞാൻ പറയുന്നത് ശ്രദ്ധിക്കു നോറാ! നിനക്ക് ബോദ്ധ്യപ്പെടാത്തതു പോലെ തോന്നുന്നു. അത് അവസാനിച്ചിരിക്കുന്നു! എന്താണ് നിന്റെ മുഖത്ത് ഈ രൂക്ഷഭാവം? ഓ, പാവം കുഞ്ഞു നോറാ, തീർച്ചയായും ഞാൻ മനസ്സിലാക്കുന്നു. ഞാൻ നിന്നോട് ക്ഷമിച്ചതായി നിനക്ക് വിശ്വസിക്കാൻ കഴിയുന്നില്ല. പക്ഷേ, അത് വാസ്തവമാണ് നോറാ. ഞാൻ ശപഥം ചെയ്യുന്നു, എല്ലാത്തിനും ഞാൻ നിനക്ക് മാപ്പ് തരുന്നു. എനിക്കറിയാം, നീ ചെയ്തതെന്താണോ അത് നിനക്കെന്നോടുള്ള സ്നേഹം നിമിത്തമായിരുന്നു.

നോറ: അതാണ് സത്യം.

ഹെൽമർ: ഒരു ഭാര്യ തന്റെ ഭർത്താവിനെ സ്നേഹിക്കേണ്ടതുപോലെ നീ എന്നെ സ്നേഹിച്ചിരുന്നു. ഇത് സംഭവഗതികളെക്കുറിച്ച് എളുപ്പം തീരുമാനമെടുക്കാനുള്ള അനുഭവജ്ഞാനം നിനക്കില്ലാതിരുന്നതു കൊണ്ട് പറ്റിയതാണ്. അതിന്റെ പേരിൽ എനിക്ക് നിന്നോടുള്ള സ്നേഹത്തിന് വല്ല കുറവും വരുമെന്ന് നീ കരുതുന്നുണ്ടോ, സ്വന്തം ഉത്തരവാദിത്വം വേണ്ടപോലെ നിർവ്വഹിക്കാൻ നിനക്കറിയില്ല എന്നതുകൊണ്ടു മാത്രം? ഇല്ല, ഇല്ല, നീ എന്നെ ചാരി നിന്നോളൂ, നിനക്കാവശ്യമായ ഉപദേശങ്ങളും നിർദ്ദേശങ്ങളും ഞാൻ തരുന്നതാണ്. ഒരു സ്ത്രീയുടെ പ്രകടമായ നിസ്സഹായത എനിക്കവളിൽ ഒരിരട്ടി ആകർഷകത്വമുളവാക്കുന്നില്ലെങ്കിൽ ഞാൻ ഒരു ശരിയായ പുരുഷനായിരിക്കില്ല. കൊടുംഭീതിയുടെ ആദ്യനിമിഷത്തിൽ ഞാനുച്ചരിച്ച പരുഷവാക്കുകളെക്കുറിച്ച് നീ അധികമാലോചിക്കരുത്. പെട്ടെന്ന് സകലതും ചേർന്ന് എന്നെ തകർക്കുകയാണെന്നു തോന്നിയതുകൊണ്ടാണ് ഞാൻ അങ്ങനെ പറഞ്ഞത്. ഞാൻ നിന്നോട് പൊറുത്തിരിക്കുന്നു, നോറാ. ഞാൻ ശപഥം ചെയ്യുന്നു! ഞാൻ നിനക്ക് മാപ്പുതന്നിരിക്കുന്നു.

നോറ: താങ്കളുടെ മാപ്പിന് നന്ദി.

(അവൾ വലതുവശത്തെ വാതിലിലൂടെ പോകുന്നു.)

ഹെൽമർ: അരുത്, പോകല്ലേ നോറാ! (അയാൾ വാതിലിലൂടെ നോക്കുന്നു) അതിഥിമുറിയിൽ നീ എന്താണ് ചെയ്യുന്നത്?

നോറ: ഈ പ്രച്ഛന്നവേഷം ഊരിമാറ്റുകയാണ്.

ഹെൽമർ: (തുറന്ന വാതിൽക്കൽ നിന്നുകൊണ്ട്) ശരി, ആവട്ടെ. നീ ഇത്തിരി സ്വസ്ഥതയ്ക്കു വേണ്ടി ശ്രമിക്കു, മനസ്സിനെ സമാശ്വസിപ്പിച്ച് പഴയ നിലയിലേക്ക് കൊണ്ടുവരൂ, എന്റെ സംഭ്രമിച്ചുപോയ കുഞ്ഞുപക്ഷീ. നിനക്ക് ദീർഘമായ സുഖനിദ്രയുണ്ടാവട്ടെ; എന്റെ ചിറകിനടിയിൽ നീ തികച്ചും സുരക്ഷിതയാണെന്നറിയുക. (വാതിലിനു സമീപം അങ്ങുമിങ്ങും നടന്നുകൊണ്ട്) എത്ര ഹൃദ്യവും സുഖകരവുമായൊരു കുഞ്ഞുവീടാണ് നമുക്കിവിടെ സ്വന്തമായിരിക്കുന്നത്, എന്റെ നോറ! ഇതാണ് നിന്റെ അഭയസ്ഥാനം. നീ വേട്ടയാടപ്പെട്ട ഒരു പ്രാവാണ്. ക്രൂരനായൊരു കഴുകന്റെ കൂർത്ത നഖങ്ങളിൽനിന്നും ക്ഷതമേൽക്കാതെ നിന്നെ ഞാൻ രക്ഷിച്ചിരിക്കുന്നു. ഇവിടെ നീ എന്റെ സംരക്ഷണത്തിലിരിക്കും; ഉച്ചത്തിൽ

മിടിക്കുന്ന നിന്റെ പാവം ഹൃദയത്തെ ഞാൻ ശാന്തമാക്കും. അത് പതുക്കെ ശാന്തമാകും നോറാ, എന്നെ വിശ്വസിക്കൂ. നാളെ നീ സർവ്വവും വ്യത്യസ്തമായി കാണും. ഒട്ടും വൈകാതെ എല്ലാമെല്ലാം പഴയ പടിയാകും. വാസ്തവത്തിൽ നിന്നെ പുറന്തള്ളാൻ പോയിട്ട് ഒന്നു ശാസിക്കാൻ പോലും ഞാൻ ഉദ്ദേശിച്ചിട്ടില്ലെന്ന് ശരിക്കാലോചിച്ചാൽ നിനക്ക് മനസ്സിലാവുമല്ലോ? ഒരു യഥാർത്ഥ പുരുഷന്റെ പ്രകൃതം അതല്ലെന്ന് നിനക്കറിയാം, നോറാ. ഒരു പുരുഷനെ സംബന്ധിച്ച് അയാൾ തന്റെ ഭാര്യയ്ക്ക് മാപ്പു കൊടുത്തു എന്നത് വിവരിക്കാനാവാത്ത വിധം ഹൃദയസ്പൃക്കായ ഒന്നാണ്, അത്യധികം സന്തുഷ്ടനാക്കുന്ന ഒന്ന് - ഹൃദയത്തിന്റെ അഗാധതയിൽ നിന്നും വരുന്ന, അന്യൂനവും അതിശുദ്ധവുമായ മാപ്പ് അവൾക്ക് നൽകപ്പെട്ടു എന്നത്. അത് അയാൾ അവളെ രണ്ടർത്ഥത്തിൽ സ്വന്തമാക്കുന്നതു പോലെയാണ്: അയാൾ, ഏറക്കുറെ, അവൾക്ക് ഒരു പുതുജീവിതം നൽകുകയാണ്, അങ്ങനെ അവൾ ഒരു തരത്തിൽ അയാളുടെ ഭാര്യയും അതേ സമയം മകളുമായി മാറുന്നു. അതെ, നിസ്സഹായയും സംഭ്രാന്തയുമായ എന്റെ ഈ കൊച്ചുകുഞ്ഞ് അപ്രകാരമാണ് ഇനി എന്നെ കാണാൻ പോകുന്നത്. നിന്റെ ഈ മനോഹരമായ കുഞ്ഞു ശിരസ്സിനെ യാതൊന്നുകൊണ്ടും അലട്ടരുത്, നോറാ. നീ എന്നോട് തുറന്ന മനസ്സുള്ളവളായിരിക്കുകയേ വേണ്ടൂ, നിനക്കു വേണ്ടി എല്ലാ തീരുമാനങ്ങളും ഞാനെടുത്തുകൊള്ളാം... എന്താണിത്? ഉറങ്ങാൻ കിടന്നില്ലേ? നീ നിന്റെ വേഷം മാറിയല്ലോ?

നോറ: (അവളുടെ സാധാരണ വേഷത്തിൽ) അതെ, ടോർവാൾഡ് ഞാൻ മാറി.

ഹെൽമർ: എന്തിന്? സമയം വൈകി.

നോറ: ഇന്നു രാത്രി ഞാൻ ഉറങ്ങുകയില്ല.

ഹെൽമർ: പക്ഷേ എന്റെ പ്രിയ നോറാ...

നോറ: (അവളുടെ വാച്ചിൽ നോക്കുന്നു) അത്ര ഭയങ്കരമായി വൈകിയിട്ടില്ല. ഇരിക്കൂ ടോർവാൾഡ്, നമുക്ക് രണ്ടുപേർക്കും ഒരുപാട് കാര്യങ്ങളെക്കുറിച്ച് സംസാരിക്കാനുണ്ട്.

(അവൾ മേശയുടെ ഒരു ഭാഗത്തായി ഇരിക്കുന്നു)

ഹെൽമർ: നോറ, എന്താണിതൊക്കെ? എന്തിനാണ് ഇത്രയും തീക്ഷ്ണത?

നോറ: ഇരിക്കണം. കുറച്ച് സമയമെടുക്കും. താങ്കളോടെനിക്ക് ഒട്ടേറെക്കാര്യങ്ങൾ പറയാനുണ്ട്.

ഹെൽമർ: (മേശപ്പുറത്ത്, അവളുടെ എതിർഭാഗത്തിരിക്കുന്നു) നീ എന്നെ ഭയപ്പെടുത്തുന്നു, നോറ. എനിക്കു നിന്നെ മനസ്സിലാവുന്നില്ല.

നോറ: പരമസത്യം. താങ്കൾക്കെന്നെ മനസ്സിലാവുന്നില്ല. എനിക്ക് താങ്കളേയും മനസ്സിലായിട്ടില്ല, ഒരിക്കലും-ഈ രാത്രിവരെ. വേണ്ട, ഇടയ്ക്ക് ചാടി പറയരുത്. എനിക്ക് പറയാനുള്ളത് ശ്രദ്ധിച്ചു കേട്ടേ പറ്റൂ. നാം വസ്തുതകളെല്ലാം തുറന്നു പറയാൻ പോവുകയാണ്, ടോർവാൾഡ്.

ഹെൽമർ: നീ എന്താണർത്ഥമാക്കുന്നത്?

നോറ: നാം ഇവിടെ ഇങ്ങനെ ഇരിക്കുന്നതിൽ അസാധാരണമായിട്ടൊന്നും തോന്നുന്നില്ലേ താങ്കൾക്ക്?

ഹെൽമർ: എന്താണത്?

നോറ: നാം വിവാഹിതരായിട്ട് ഇപ്പോൾ എട്ടു വർഷങ്ങളായി. താങ്കൾക്ക് തോന്നുന്നില്ലേ, ഇതാദ്യമായിട്ടാണ് താങ്കളും ഞാനും, ഭാര്യയും ഭർത്താവും കാര്യഗൗരവത്തോടെ സംസാരിക്കാൻ ഒരുങ്ങുന്നതെന്ന്?

ഹെൽമർ: അത് നീ ഉദ്ദേശിക്കുന്ന 'കാര്യഗൗരവത്തെ' ആശ്രയിച്ചിരിക്കുന്നു.

നോറ: എട്ട് മുഴുവൻ വർഷങ്ങൾ - പോരാ, അതിലേറെ, നാം പരസ്പരം പരിചയപ്പെട്ടതു മുതൽ - അന്നു തൊട്ട് നാം ഒരിക്കലും ഗൗരവ കാര്യങ്ങളെക്കുറിച്ച് ഗൗരവമായി ഒരു വാക്കു പോലും വിനിമയം ചെയ്തിട്ടില്ല.

ഹെൽമർ: ഞാൻ എന്തു വേണമെന്നാണ് നീ ആഗ്രഹിച്ചത്? എന്റെ ക്ലേശങ്ങളിലേക്ക് നിന്നെയും വലിച്ചിഴക്കണമായിരുന്നു എന്നോ? അവയെ താങ്ങാൻ സാധ്യമാകുംവിധം നിനക്കെന്നെ സഹായിക്കാൻ കഴിയില്ലെന്നിരിക്കെ?

നോറ: ഞാൻ സംസാരിക്കുന്നത് ക്ലേശങ്ങളെക്കുറിച്ചല്ല. ഞാൻ പറയുന്നത് ഒരിക്കലെങ്കിലും നാം ഒരുമിച്ചിരുന്ന് ഏതെങ്കിലുമൊരു കാര്യത്തിന്റെ ആഴത്തിലേക്കിറങ്ങാൻ ഗൗരവപൂർവ്വം ശ്രമിച്ചിട്ടില്ലെന്നാണ്.

ഹെൽമർ: പക്ഷേ, എന്റെ പ്രിയ നോറ, അതുകൊണ്ട് വല്ല പ്രയോജനവും നിനക്കുണ്ടാകുമായിരുന്നോ?

നോറ: അതാണ് കാര്യം. താങ്കൾ ഒരിക്കലും എന്നെ മനസ്സിലാക്കിയിട്ടില്ല... ഞാൻ കൊടിയ അനീതിക്കിരയായിരിക്കുന്നു, ടോർവാൾഡ്. ആദ്യം എന്റെ അച്ഛനാൽ. പിന്നെ താങ്കളാൽ.

ഹെൽമർ: എന്ത്? ഞങ്ങളാലോ! മറ്റാരെക്കാളും നിന്നെ സ്നേഹിച്ച ഞങ്ങൾ രണ്ടു പേരോ?

നോറ: (തല കുലുക്കിക്കൊണ്ട്) നിങ്ങൾ രണ്ടു പേരും ഒരിക്കലുമെന്നെ സ്നേഹിച്ചിട്ടില്ല.

ഹെൽമർ: പക്ഷേ, നോറാ, എന്താണ് നീ ഈ പറയുന്നത്?

നോറ: ഇതു വാസ്തവമാണെന്ന് താങ്കൾക്കറിയാം, ടോർവാൾഡ്. ഞാൻ വീട്ടിലായിരുന്നപ്പോൾ ഓരോ കാര്യത്തെക്കുറിച്ചും അച്ഛൻ തന്റെ അഭിപ്രായങ്ങൾ എന്നോട് പറയുമായിരുന്നു. അപ്പോഴൊക്കെ ഞാനും അതേപോലെ ചിന്തിച്ചു. എന്നാൽ ഞാൻ വിഭിന്നമായി ചിന്തിച്ചാൽ ഞാൻ അതേക്കുറിച്ച് നിശ്ശബ്ദത പാലിക്കുമായിരുന്നു, കാരണം അദ്ദേഹം അത് ഇഷ്ടപ്പെട്ടുമായിരുന്നില്ല. അദ്ദേഹം എന്നെ അദ്ദേഹത്തിന്റെ പാവക്കുട്ടി എന്നു വിളിക്കുക പതിവായിരുന്നു. അദ്ദേഹം എന്റെ കൂടെ കളിക്കുമായിരുന്നു, ഞാൻ എന്റെ പാവകളുമായി കളിക്കാറുണ്ടായിരുന്നതുപോലെ. പിന്നീട് ഞാൻ താങ്കളുടെ വീട്ടിൽ ജീവിക്കാൻ വന്നു...

ഹെൽമർ: ഏതു വിധത്തിലാണ് നീ നമ്മുടെ ദാമ്പത്യബന്ധത്തെ വിശേഷിപ്പിക്കുന്നത്?

നോറ: (അക്ഷോഭ്യമായി) ഇപ്രകാരം: ഞാൻ അച്ഛന്റെ കൈകളിൽ നിന്ന് താങ്കളുടെ കൈകളിലേക്ക് മാറ്റപ്പെട്ടു. സർവ്വവും താങ്കൾ സ്വന്തം അഭിരുചിക്കനുസരിച്ച് ക്രമപ്പെടുത്തി. അതേ അഭിരുചികൾ ഞാൻ സ്വാംശീകരിച്ചു. അഥവാ ഞാൻ അങ്ങനെ നടിച്ചു.... സത്യത്തിൽ എനിക്കറിയില്ല... എനിക്ക് തോന്നുന്നു അത് രണ്ടിന്റേയും കലർപ്പാണെന്ന്, ചിലപ്പോൾ ഒന്ന്, ചിലപ്പോൾ മറ്റേത്. പിന്നിലേക്ക് തിരിഞ്ഞുനോക്കുമ്പോൾ ഞാൻ കാണുന്നു, ഞാൻ ഇവിടെ ജീവിച്ചത് എത്രയോ അരിഷ്ടിച്ച് ഒരു യാചകിയെപ്പോലെയാണെന്ന്. താങ്കളെ പ്രീണിപ്പിക്കാനുള്ള കൺകെട്ടുവിദ്യകളിലൂടെയാണ് ഞാനിവിടെ ജീവിച്ചത്, ടോർവാൾഡ്. അതെ, ആ ശൈലിയാണ് താങ്കൾ ആഗ്രഹിച്ചതും. താങ്കളും എന്റെ അച്ഛനും എന്നോടു ചെയ്തത് കൊടിയ ദ്രോഹമാണ്. എന്റെ വ്യക്തിത്വം ഇത്രമേൽ ശോചനീയമായിപ്പോയതിന്റെ ഉത്തരവാദിത്വം നിങ്ങൾക്കാണ്.

ഹെൽമർ: നോറാ, എന്തൊരന്യായം... എന്തൊരു നന്ദികെട്ടവളാണു നീ! നീ ഇവിടെ സന്തുഷ്ടയായിരുന്നില്ലേ?

നോറ: ഇല്ല, ആയിരുന്നില്ല, ഒരിക്കലും. ആയിരുന്നെന്ന് ഞാൻ ധരിച്ചു. പക്ഷേ വാസ്തവം അതായിരുന്നില്ല.

ഹെൽമർ: പിന്നെ... എന്തായിരുന്നു?

നോറ: വെറുമൊരുല്ലാസ ജീവിതം. കഴമ്പില്ലാത്ത കളിചിരികൾ. താങ്കൾ എല്ലായ്പ്പോഴും എന്നോട് വളരെ ദയ കാണിച്ചിട്ടുണ്ട്. പക്ഷേ നമ്മുടെ വീട് ഒരിക്കലും ഒരു കളിവീടല്ലാതെ മറ്റൊന്നുമായിരുന്നില്ല. ഞാൻ താങ്കളുടെ പാവ ഭാര്യയായിരുന്നു, വീട്ടിൽ ഞാൻ അച്ഛന്റെ പാവക്കുഞ്ഞായിരുന്നതുപോലെ. അതുപോലെ നമ്മുടെ കുട്ടികൾ എനിക്കും പാവകളായിരുന്നു. താങ്കൾ വന്ന് എന്റെ കൂടെ കളിചിരിയിൽ ഏർപ്പെടുന്നത് എനിക്ക് വലിയ രസമായിരുന്നു. അതുപോലെ ഞാൻ ചെന്ന് അവരുടെ കൂടെ കളിക്കുന്നത് അവർക്കും വലിയ രസമായിരുന്നു. അതായിരുന്നു ടോർവാൾഡ് നമ്മുടെ ദാമ്പത്യം.

ഹെൽമർ: നീ പറയുന്നതിൽ ഇത്തിരി സത്യമുണ്ട്, അത് ഭ്രാന്തമായി ഊതിപ്പെരുപ്പിച്ചതാണെങ്കിലും. എന്നാൽ ഇപ്പോൾ മുതൽ അത് വ്യത്യസ്തമായിരിക്കും. കളിയുടെ കാലം കഴിഞ്ഞിരിക്കുന്നു; പഠനത്തിന്റെ കാലം തുടങ്ങുകയായി.

നോറ: ആരുടെ പഠനം? എന്റേയോ അല്ല കുട്ടികളുടെയോ?

ഹെൽമർ: എന്റെ പ്രിയ നോറാ, നിന്റേയും കുട്ടികളുടേയും.

നോറ: ഹേയ്, ടോർവാൾഡ്, താങ്കൾക്ക് അനുരൂപയായ ഒരു നല്ല ഭാര്യയാകുന്നതിന് എനിക്കാവശ്യമായ ശിക്ഷണം നൽകാൻ കഴിവുള്ള ഒരു പുരുഷനല്ല താങ്കൾ.

ഹെൽമർ: നിനക്കത് എങ്ങനെ പറയാൻ കഴിയുന്നു?

നോറ: പിന്നെ കുട്ടികളെ പഠിപ്പിക്കാൻ ഏതു തരത്തിലുള്ള യോഗ്യതയാണ് എനിക്കുള്ളത്?

ഹെൽമർ: നോറാ!

നോറ: താങ്കൾ തന്നെയല്ലേ പറഞ്ഞത്, ഒരല്പം മുമ്പ്, ആ ജോലി

വിശ്വസിച്ചേൽപ്പിക്കാൻ കൊള്ളുന്നവളല്ല ഞാനെന്ന്.

ഹെൽമർ: ആ നിമിഷത്തിന്റെ ചൂടിൽ! നീ അതിന് യാതൊരു പ്രാധാന്യവും നൽകേണ്ടതില്ല.

നോറ: നേരെ മറിച്ചാണ്, താങ്കൾ പറഞ്ഞത് തീർത്തും ശരിയാണ്. അത് എന്റെ ബാദ്ധ്യതയുമല്ല. മറ്റൊരു പ്രശ്നമാണ് അടിയന്തര പരിഹാരം തേടുന്നത്. ഞാൻ എന്നെത്തന്നെ പഠിപ്പിക്കാനുള്ള നടപടികൾ എടുക്കേണ്ടതുണ്ട്. അതിലും എന്നെ സഹായിക്കാൻ പ്രാപ്തനായ മനുഷ്യനല്ല താങ്കൾ.

അതു ഞാൻ എന്റെ സ്വന്തം കാലിൽ നിന്നുകൊണ്ട് നിർവ്വഹിക്കേണ്ട ഒന്നാണ്. അതുകൊണ്ടാണ് ഞാൻ താങ്കളെ വിട്ടു പോകുന്നത്.

ഹെൽമർ: (ചാടിയെഴുന്നേറ്റ്) നീ എന്തു പറഞ്ഞു?

നോറ: എനിക്ക് എന്നെക്കുറിച്ചും എന്റെ ചുറ്റുപാടുകളെക്കുറിച്ചും വല്ല വിധേനയും എന്തെങ്കിലും ധാരണയിൽ എത്തിച്ചേരണമെങ്കിൽ ഞാൻ തനിയെ നിൽക്കാൻ പഠിക്കേണ്ടതുണ്ട്. അതുകൊണ്ടാണ് ഇനിയൊട്ടും താങ്കൾക്കൊപ്പം ഇവിടെ ജീവിക്കാൻ എനിക്ക് കഴിയാതിരിക്കുന്നത്.

ഹെൽമർ: നോറ! നോറാ!

നോറ: ഞാൻ ഉടൻതന്നെ ഇവിടം വിടുന്നു. ഈ രാത്രി ക്രിസ്റ്റൈൻ എനിക്കഭയം തരുമെന്നുറപ്പുണ്ട്....

ഹെൽമർ: നിനക്ക് ചിത്തഭ്രമം പിടിപെട്ടിരിക്കുന്നു! നിന്നെ ഞാൻ വിടില്ല! നിന്നെ ഞാൻ തടയും!

നോറ: ഈ നിലയ്ക്ക് എന്നെ തടയുന്നതുകൊണ്ട് യാതൊരു പ്രയോജനവുമില്ല. എന്റേതു മാത്രമായ ചില അത്യാവശ്യ വസ്തുക്കൾ ഞാൻ കൂടെ കൊണ്ടുപോകുന്നു. താങ്കളുടേതായ യാതൊന്നും എനിക്കു വേണ്ട, ഇപ്പോഴും പിന്നീടും.

ഹെൽമർ: ഇത് ഭ്രാന്താണ്.

നോറ: നാളെ ഞാൻ വീട്ടിലേക്ക് പോകും - ഞാൻ ജനിച്ചു വളർന്ന വീട്ടിലേക്ക്. എന്തെങ്കിലുമൊരു ജോലി കണ്ടുപിടിക്കാൻ അവിടെയാണെളുപ്പം.

ഹെൽമർ: ഹോ, അന്ധയായ, അനുഭവശൂന്യയായ നീ...

നോറ: അനുഭവങ്ങളാർജ്ജിക്കാൻ ഞാൻ പോയേ കഴിയൂ.

ഹെൽമർ: നിന്റെ വീടിനേയും നിന്റെ ഭർത്താവിനേയും നിന്റെ കുട്ടികളേയും ഉപേക്ഷിച്ചുകൊണ്ട്? ആളുകൾ എന്തു പറയുമെന്ന ചിന്ത നിനക്കില്ലേ?

നോറ: അത് എന്റെ പരിഗണനയിൽ വരുന്നതല്ല. എന്റെ ഈ അനിവാര്യത മാത്രമേ എനിക്ക് പരിഗണിക്കേണ്ടതുള്ളൂ.

ഹെൽമർ: ഇത് നിഷ്ഠൂരമാണ്! നിന്റെ ഏറ്റവും വിശുദ്ധമായ കർത്തവ്യമാണ് നീ ലംഘിക്കുന്നത്.

നോറ: എന്താണാവോ എന്റെ ഏറ്റവും വിശുദ്ധമായ കർത്തവ്യം?

ഹെൽമർ: അത് എന്നെകൊണ്ടുതന്നെ പറയിക്കണോ? അത് നിന്റെ ഭർത്താവിനോടും നിന്റെ മക്കളോടുമുള്ള കർത്തവ്യമല്ലേ?

നോറ: തത്തുല്യമായി വിശുദ്ധമായ മറ്റൊരു കർത്തവ്യമുണ്ടെനിക്ക്.

ഹെൽമർ: നിനക്കില്ല. എന്തു കർത്തവ്യമായിരിക്കും അത്?

നോറ: എനിക്ക് എന്നോടുതന്നെയുള്ള കർത്തവ്യം.

ഹെൽമർ: മറ്റെന്തിലുമുപരി നീ ഒരു ഭാര്യയും അമ്മയുമാണ് .

നോറ: മേലിൽ അതു ഞാൻ വിശ്വസിക്കില്ല. മറ്റെന്തിലുമുപരി ഞാൻ ഒരു സ്വതന്ത്ര വ്യക്തിയാണ്. താങ്കളെപ്പോലെത്തന്നെ- അഥവാ കുറഞ്ഞപക്ഷം ഞാനത് സ്ഥാപിക്കാൻ പോകുന്നു. എനിക്കറിയാം ടോർവാൾഡ്, ഭൂരിപക്ഷം ആളുകളും താങ്കളോടേ യോജിക്കൂ, അതുതന്നെയാണ് പുസ്തകങ്ങളിലും പറയുന്നത്. പക്ഷേ ഭൂരിപക്ഷമാളുകൾ പറയുന്നതും പുസ്തകങ്ങളിൽ പറയുന്നതും മേലിൽ എന്നെ തൃപ്തിപ്പെടുത്തുകയില്ല. എല്ലാറ്റിനെക്കുറിച്ചും എനിക്ക് സ്വന്തം നിലയിൽ ചിന്തിക്കണം. വസ്തുതകൾ വ്യക്തമായി ഗ്രഹിക്കണം.

ഹെൽമർ: തീർച്ചയായും നിനക്ക് നിന്റെ സ്വന്തം വീട്ടിലുള്ള സ്ഥാനത്തെക്കുറിച്ച് വ്യക്തതയുണ്ടല്ലോ? ഇത്തരം ചോദ്യങ്ങൾക്ക് പിഴവില്ലാത്ത ഉത്തരം തരുന്ന ഒരു വഴികാട്ടി നിനക്കില്ലെന്നാണോ? നിനക്ക് നിന്റെ മതവുമില്ലേ?

നോറ: ഹോ, ടോർവാൾഡ്, എനിക്ക് ശരിക്കറിഞ്ഞുകൂടാ മതമെന്നാൽ എന്താണെന്ന്.

ഹെൽമർ: നീ എന്തു പറഞ്ഞു!

നോറ: ആകപ്പാടെ എനിക്കറിയാവുന്നത് ഞാൻ ദൃഢീകരിക്കപ്പെട്ടപ്പോൾ പാസ്റ്റർ ഹാൻസൻ പറഞ്ഞതാണ്. അദ്ദേഹം പറഞ്ഞു: മതമെന്നാൽ അതാണ്, ഇതാണ്, മറ്റേതാണ് എന്നൊക്കെ. ഞാൻ ഇതിൽനിന്നെല്ലാം വിട്ടകന്ന് തനിയെ നിൽക്കുമ്പോൾ, ഞാൻ അതും സൂക്ഷ്മമായി പരിശോധിക്കും. പാസ്റ്റർ ഹാൻസൻ പറഞ്ഞത് ശരിയാണോ എന്നു കണ്ടെത്തണമെനിക്ക്- അല്ലെങ്കിൽ കുറഞ്ഞപക്ഷം എന്നെ സംബന്ധിച്ചെങ്കിലും അത് ശരിയാണോ എന്ന്.

ഹെൽമർ: ഒരു ചെറുപ്പക്കാരിയിൽനിന്നും ഉണ്ടാകാൻ പാടില്ലാത്ത വാക്കുകൾ! നിന്നെ നേർവഴിക്ക് നയിക്കാൻ പക്ഷേ മതത്തിന് കഴിയുന്നില്ലെങ്കിൽ, കുറഞ്ഞ പക്ഷം നിന്റെ മനഃസാക്ഷിയെ തൊട്ടുണർത്താനെങ്കിലും എന്നെ അനുവദിക്കുക. നിനക്ക് അല്പമെങ്കിലും സദാചാരബോധമുണ്ടെന്ന് ഞാനൂഹിച്ചോട്ടെ? അല്ലെങ്കിൽ എന്നോടു പറയൂ- അതുമില്ലേ നിനക്ക്?

നോറ: ശരി, ടോർവാൾഡ്, അത് എളുപ്പം പറയാവുന്ന ഒന്നല്ല. സ്വതവേ എനിക്കറിയില്ല. വാസ്തവത്തിൽ ഇത്തരം കാര്യങ്ങളെക്കുറിച്ച് ഞാൻ ഏറെ ചിന്താക്കുഴപ്പത്തിലാണ്. എനിക്ക് നന്നായറിയാവുന്നത് ഇത്തരം കാര്യങ്ങളെക്കുറിച്ചുള്ള എന്റെ ധാരണകൾ താങ്കളുടേതിൽനിന്നും തികച്ചും വിഭിന്നമാണ് എന്നുള്ളതാണ്. ഞാൻ മറ്റൊന്നുകൂടി മനസ്സിലാക്കിയിട്ടുണ്ട്, ഞാൻ ധരിച്ചതിൽനിന്നും വളരെ വ്യത്യസ്തമാണ് നിയമം. ആ പ്രത്യേക നിയമം ശരിയാണോ എന്ന് എനിക്ക് ബോധ്യപ്പെടുന്നില്ല. അതനുസരിച്ച്, വ്യക്തമായും ഒരു സ്ത്രീക്ക് മരണശയ്യയിൽ കിടക്കുന്ന തന്റെ വൃദ്ധനായ അച്ഛനെ

മാനസിക യാതനയിൽ നിന്നും രക്ഷിക്കാൻ അവകാശമില്ല, അല്ലെങ്കിൽ തന്റെ ഭർത്താവിന്റെ ജീവൻ രക്ഷിക്കാൻ പോലും. എനിക്കിത് ഉൾക്കൊള്ളാനേ കഴിയുന്നില്ല.

ഹെൽമർ: നീ സംസാരിക്കുന്നത് ഒരു ശിശുവിനെപ്പോലെയാണ്. നിന്റെ ചുറ്റുമുള്ള സമൂഹത്തെക്കുറിച്ച് നീ യാതൊന്നും മനസ്സിലാക്കുന്നില്ല.

നോറ: ഇല്ല, ഞാൻ മനസ്സിലാക്കുന്നില്ല. എന്നാൽ അതും ഞാൻ പരിശോധിക്കും, സൂക്ഷ്മമായി. ഞാൻ അതും കണ്ടെത്താൻ ശ്രമിക്കും, ആരാണ് ശരി എന്ന്, സമൂഹമോ ഞാനോ എന്ന്.

ഹെൽമർ: നോറാ, നിനക്ക് സുഖമില്ല. നീ പിച്ചും പേയും പുലമ്പുകയാണ്. നിനക്ക് ചിത്തവിഭ്രാന്തി പിടിപെട്ടതായിത്തന്നെ ഞാൻ സംശയിക്കുന്നു.

നോറ: ഈ രാത്രിയിലേതുപോലെ സമചിത്തതയും നിശ്ചയദാർഢ്യവും ഇതിനു മുമ്പൊരിക്കലും എനിക്കുണ്ടായിട്ടില്ല.

ഹെൽമർ: നിന്റെ ഭർത്താവിനേയും കുട്ടികളേയും ഉപക്ഷിച്ച പോകാൻ മാത്രം സമചിത്തതയും നിശ്ചയ ദാർഢ്യവും, അല്ലേ?

നോറ: അതെ.

ഹെൽമർ: എങ്കിൽ അതിന് ഒരൊറ്റ വ്യാഖ്യാനമേ സാദ്ധ്യമാകൂ.

നോറ: എന്താണാവോ അത്?

ഹെൽമർ: ഇപ്പോൾ നീ എന്നെ ഒട്ടും സ്നേഹിക്കുന്നില്ല.

നോറ: വാസ്തവം.

ഹെൽമർ: നോറാ! നിനക്കത് പറയാൻ കഴിയുന്നല്ലോ!

നോറ: ഞാൻ നിർവ്യാജം ഖേദിക്കുന്നു, ടോർവാൾഡ്. കാരണം താങ്കൾ എല്ലായ്പ്പോഴും എന്നോട് ഏറെ അനുകമ്പ കാണിച്ചിട്ടുണ്ട്. പക്ഷേ ഇതെനിക്ക് ഒഴിവാക്കാനാവില്ല. ഇപ്പോൾ ഞാൻ താങ്കളെ ഒട്ടും സ്നേഹിക്കുന്നില്ല.

ഹെൽമർ: (ആത്മസംയമനത്തിന് പണിപ്പെട്ടുകൊണ്ട്) സമചിത്തതയോടെയും ദൃഢനിശ്ചയത്തോടെയും എടുത്ത തീരുമാനമാണോ ഇതും?

നോറ: അതെ, പൂർണ്ണമായ സമചിത്തതയോടെയും ദൃഢനിശ്ചയത്തോടെയും. അതുകൊണ്ടാണ് ഞാൻ ഇവിടെ താമസിക്കാൻ ആഗ്രഹിക്കാത്തത്.

ഹെൽമർ: നിനക്ക് എന്നോടുണ്ടായിരുന്ന സ്നേഹം ഞാൻ എങ്ങനെ ഇല്ലാതാക്കിയെന്ന് ഒന്ന് വിശദീകരിക്കാനാവുമോ നിനക്ക്?

നോറ: ആവും, വളരെ വളരെ എളുപ്പം. ഇന്നു രാത്രിയാണത്, ആ അത്ഭുതം സംഭവിക്കാതായപ്പോൾ. അപ്പോഴാണ് ഞാൻ തിരിച്ചറിഞ്ഞത്, ഞാൻ വിചാരിച്ച ആളല്ല താങ്കളെന്ന്.

ഹെൽമർ: ഒന്നുകൂടി വ്യക്തമായി വിശദമാക്കണം. എനിക്ക് മനസ്സിലാവുന്നില്ല.

നോറ: എട്ടു വർഷങ്ങളോളം ഞാൻ ക്ഷമയോടെ കാത്തിരിക്കുകയായിരുന്നു, കാരണം, ഈശ്വരനാണെ എനിക്കറിയാമായിരുന്നു, അത്ഭുതങ്ങൾ നിത്യവും സംഭവിക്കാറില്ലെന്ന്. അങ്ങനെയിരിക്കെ സർവ്വസംഹാരകമായ ഈ ഇടപാടു തുടങ്ങി. അപ്പോഴും എനിക്ക്

പൂർണ്ണബോദ്ധ്യമുണ്ടായിരുന്നു, ആ അത്ഭുതം സംഭവിക്കുമെന്ന്. ക്രോഗ്സ്റ്റഡിന്റെ കത്ത് അവിടെ കിടന്നപ്പോഴൊന്നും ഞാൻ ഒട്ടും വേവലാതിപ്പെട്ടില്ല, താങ്കൾ ആ മനുഷ്യന്റെ വ്യവസ്ഥകൾക്ക് കീഴ്പ്പെട്ടേക്കുമെന്ന്. എനിക്ക് ഉറച്ച വിശ്വാസമുണ്ടായിരുന്നു, താങ്കൾ അയാളെ ഇങ്ങനെ വെല്ലുവിളിക്കുമെന്ന്: നിങ്ങളുടെ ഇഷ്ടംപോലെ വിസ്തൃതമായ ഈ ലോകത്തോടു മുഴുവൻ പറയുക. അങ്ങനെ ചെയ്തുകഴിയുമ്പോൾ...

ഹെൽമർ: ശരി, അപ്പോൾ എന്താവും? സ്വന്തം ഭാര്യയെ നാണക്കേടിലേക്കും അപമാനത്തിലേക്കും തള്ളിവിട്ട ശേഷം...?

നോറ: അങ്ങനെ ചെയ്തുകഴിയുമ്പോൾ, എനിക്ക് അചഞ്ചലമായ വിശ്വാസമുണ്ടായിരുന്നു താങ്കൾ മുന്നോട്ടു വന്ന് സർവ്വവും സ്വയമേറ്റെടുത്തുകൊണ്ട് ഇങ്ങനെ പ്രഖ്യാപിക്കുമെന്ന്: ഞാൻ മാത്രമാണ് കുറ്റവാളി.

ഹെൽമർ: നോറാ!

നോറ: അത്തരമൊരു ത്യാഗമനുഷ്ഠിക്കാൻ ഒരിക്കലും താങ്കളെ ഞാൻ അനുവദിക്കുകയില്ല എന്നല്ലേ? നിശ്ചയമായുമില്ല. എന്നാൽ താങ്കളുടെ നിലപാടുമായി താരതമ്യപ്പെടുത്തുമ്പോൾ എന്റെ കഥ എന്താണ്? - അതായിരുന്നു ഞാൻ പ്രതീക്ഷിക്കുകയും ഭയപ്പെടുകയും ചെയ്ത ആ അത്ഭുതം. അത് തടയാൻ വേണ്ടിയായിരുന്നു ഞാൻ എന്റെ ജീവിതംതന്നെ അവസാനിപ്പിക്കാൻ തയ്യാറായത്.

ഹെൽമർ: നിനക്കു വേണ്ടി രാപകൽ അദ്ധ്വാനിച്ച് കഷ്ടപ്പെടാൻ ഞാൻ ഒരുക്കമാണ്, നോറാ, എല്ലാവിധ ദുഃഖങ്ങളും ദുരിതങ്ങളും സഹിച്ചുകൊണ്ട്. പക്ഷേ യാതൊരാളും തന്റെ പ്രണയിനിക്കു വേണ്ടി സ്വന്തം സൽപ്പേര് കളഞ്ഞുകുളിക്കുകയില്ല.

നോറ: നൂറായിരക്കണക്കിന് സ്ത്രീകൾ അതു ചെയ്തിട്ടുണ്ട്.

ഹെൽമർ: ഹോ, നീ ഒരു ബുദ്ധിമാന്ദ്യമുള്ള കുട്ടിയെപ്പോലെ ചിന്തിക്കുന്നു, പറയുന്നു.

നോറ: ശരി, അങ്ങനെയായിരിക്കാം. പക്ഷേ എന്റെ ജീവിത പങ്കാളിയാവേണ്ട ഒരു പുരുഷൻ ചിന്തിക്കേണ്ടതുപോലെയും പറയേണ്ടതുപോലെയുമല്ല താങ്കൾ ചിന്തിക്കുന്നതും പറയുന്നതും. ആ നടുക്കത്തിൽനിന്നു താങ്കൾ മുക്തനായപ്പോൾ - താങ്കൾ എന്നെയോർത്തല്ല അസ്വസ്ഥനായത്. മറിച്ച് താങ്കൾക്കെന്തു സംഭവിക്കും എന്നാണ് താങ്കൾ ചിന്തിച്ചത് - ആപത്തൊഴിഞ്ഞെന്നു കണ്ടപ്പോൾ, യാതൊന്നും സംഭവിച്ചിട്ടില്ലാത്തതുപോലെയാണ് താങ്കൾ പെരുമാറിയത്. ഞാൻ വീണ്ടും താങ്കളുടെ കുഞ്ഞുവാനമ്പാടിയായി, താങ്കളുടെ കുഞ്ഞുപാവ, കണിശമായും മുമ്പത്തേതുപോലെ; ഒരു വ്യത്യാസമൊഴിച്ച്, അത് മുമ്പത്തേക്കാൾ ഇരട്ടി ശ്രദ്ധയോടെ താങ്കളുടെ സംരക്ഷണമാവശ്യപ്പെടുന്നതായി മാറി, കാരണം അത് അപ്പോഴേക്കും ക്ഷീണിതയും ദുർബ്ബലയും ആയ്ക്കഴിഞ്ഞിരുന്നു. (എഴുന്നേൽക്കുന്നു) ടോർവാൾഡ്, ആ നിമിഷത്തിലാണ് എനിക്ക് ബോധോദയമുണ്ടായത്, കഴിഞ്ഞ എട്ടു വർഷങ്ങളോളം ഞാൻ ജീവിച്ചത് ഒരപരിചിതന്റെ കൂടെ ആയിരുന്നെന്നും അയാളുടെ മൂന്നു കുട്ടികളെയാണ് ഞാൻ

പ്രസവിച്ചതെന്നും... ഹൊ, ആ ചിന്ത എനിക്ക് താങ്ങാവുന്നതല്ല! എനിക്ക് എന്നെത്തന്നെ നൂറായിരം കഷണങ്ങളായി ചീന്തിക്കള യാൻ കഴിഞ്ഞെങ്കിൽ....

ഹെൽമർ: (ദുഃഖത്തോടെ) ഞാൻ മനസ്സിലാക്കുന്നു. ഞാൻ മനസ്സിലാക്കുന്നു. അഗാധ ഭീകരമായൊരു ഗർത്തം നമുക്കിടയിൽ രൂപം കൊണ്ടി രിക്കുന്നു. എങ്കിലും നോറാ, അതു നികത്താൻ ഒരു വഴിയുമില്ലേ?

നോറ: എന്റെ ഇപ്പോഴത്തെ അവസ്ഥയിൽ, ഞാൻ താങ്കൾക്ക് ഭാര്യയല്ല.

ഹെൽമർ: ഇപ്പോഴും ഒരു മാറ്റം എനിക്ക് സാദ്ധ്യമാണ്.

നോറ: ഒരുപക്ഷേ... താങ്കളുടെ പാവയെ താങ്കളിൽനിന്നും വേർപെടുത്തി യാൽ.

ഹെൽമർ: നിന്നിൽനിന്നും വേർപെടേണ്ടിവരിക! ഇല്ല, ഇല്ല, നോറാ, അങ്ങനെ ഒരാലോചനപോലും എനിക്ക് സങ്കല്പ്പിക്ക വയ്യ.

നോറ: (വലതുവശത്തെ മുറിയിലേക്ക് പോകുന്നു) അക്കാരണത്താൽ ത്തന്നെ ഇത് സംഭവിച്ചേ തീരൂ.
(കോട്ടും തൊപ്പിയും ചെറിയൊരു യാത്രാബാഗുമായി അവൾ തിരിച്ചുവരുന്നു. അവ മേശയ്ക്കരികിലുള്ള കസേരയിലിടുന്നു.)

ഹെൽമർ: നോറാ, നോറാ, ഇപ്പോൾ പാടില്ല! നേരം പുലരട്ടെ.

നോറ: (കോട്ട് ധരിച്ചുകൊണ്ട്) അപരിചിതനായ ഒരു പുരുഷന്റെ മുറിയിൽ ഒരു രാത്രി തങ്ങാൻ എന്നെ കിട്ടില്ല.

ഹെൽമർ: നമുക്കിവിടെ ഒരു സഹോദരനേയും സഹോദരിയേയും പോലെ ജീവിതം തുടർന്നുകൂടേ?

നോറ: താങ്കൾക്കുതന്നെ നന്നായറിയാം അത് അത്ര നീളുകയില്ലെന്ന്. (ഷാൾ ചുറ്റുന്നു) ഗുഡ്ബൈ ടോർവാൾഡ്. കുട്ടികളെ കാണാൻ ഞാൻ ആഗ്രഹിക്കുന്നില്ല. എനിക്കറിയാം അവർ എന്റേതിനേക്കാൾ മെച്ച പ്പെട്ട കൈകളിലാണെന്ന്. എന്റെ ഇപ്പോഴത്തെ അവസ്ഥയിൽ അവർ എനിക്ക് ആരുമല്ലാതായിരിക്കുന്നു.

ഹെൽമർ: പക്ഷേ ഒരിക്കൽ, നോറാ, എന്നെങ്കിലുമൊരിക്കൽ..?

നോറ: അതു ഞാൻ എങ്ങനെ അറിയും? ഞാൻ എന്തായി മാറുമെന്ന് എനിക്കുതന്നെ യാതൊരു പിടിയുമില്ല.

ഹെൽമർ: എങ്കിലും നീ എന്റെ ഭാര്യയാണ്, എന്തൊക്കെയായാലും.

നോറ: ശ്രദ്ധിച്ചു കേൾക്കൂ ടോർവാൾഡ്, ഞാൻ അറിഞ്ഞേടത്തോളം ഞാൻ ഇപ്പോൾ ചെയ്യുന്നതുപോലെ ഒരു ഭാര്യ അവളുടെ ഭർത്താവിന്റെ വീടു വിട്ടിറങ്ങുന്നതോടെ നിയമപരമായി അയാൾക്ക് അവളോടുള്ള എല്ലാ ഉത്തരവാദിത്വങ്ങളിൽനിന്നും അയാൾ മോചനം നേടുന്നു. സർവ്വവിധേനയും എല്ലാ ഉത്തരവാദിത്വങ്ങളിൽനിന്നും താങ്കളെ ഞാൻ മോചിപ്പിക്കുന്നു. നാം തമ്മിൽ ഏതെങ്കിലും തരത്തിലുള്ള കെട്ടുപാടുകൾ നിലനിൽക്കുന്നതായി താങ്കൾക്ക് തോന്നേണ്ടതില്ല, എനിക്ക് തോന്നുന്നതിലുപരിയായി. ഇരുപക്ഷത്തും പൂർണ്ണ സ്വാത ന്ത്ര്യമുണ്ടായിരിക്കണം. നോക്കൂ, ഇതാ, താങ്കളുടെ വിവാഹമോതിരം തിരിച്ചുവാങ്ങുക. എന്റേത് എനിക്കും തരിക.

ഹെൽമർ: അതും വേണോ?

നോറ: അതും വേണം.

ഹെൽമർ: ഇതാ, വാങ്ങിക്കൊള്ളൂ.

നോറ: നല്ലത്. ഇതാണതിന്റെ പര്യവസാനം. താക്കോലുകൾ ഞാനിവിടെ വെക്കുന്നു. വീട്ടിലെ ഒരോന്നും എവിടെയൊക്കെയാണെന്ന് വേലക്കാരികൾക്കറിയാം - വാസ്തവത്തിൽ എനിക്കറിയാവുന്നതിലും നന്നായി. കാലത്ത് ഞാൻ പോയ്ക്കഴിഞ്ഞാൽ ക്രിസ്റ്റൈൻ ഇവിടെ വരും, ഞാൻ വീട്ടിൽനിന്നും കൊണ്ടുവന്ന അല്പം ചില വസ്തുക്കൾ പായ്ക്ക ചെയ്യാൻ. അവ അവളെനിക്ക് അയച്ചുതരും.

ഹെൽമർ: പര്യവസാനം! നോറാ, നീ എന്നെക്കുറിച്ച് ഒരിക്കലും ചിന്തിക്കുകയില്ലേ?

നോറ: തീർച്ചയായും ഞാൻ ചിന്തിച്ചുപോകും, പലപ്പോഴും, താങ്കളെക്കുറിച്ചും കുട്ടികളെക്കുറിച്ചും പിന്നെ ഈ വീടിനെക്കുറിച്ചും.

ഹെൽമർ: ഞാൻ നിനക്ക് എഴുതിക്കോട്ടെ നോറാ?

നോറ: അരുത്, ഒരിക്കലും ഞാനത് ഇഷ്ടപ്പെടുന്നില്ല.

ഹെൽമർ: എന്നാലും, എന്തായാലും ഞാൻ നിനക്കയച്ചുതരും...

നോറ: യാതൊന്നും, യാതൊന്നും വേണ്ട.

ഹെൽമർ: എപ്പോഴെങ്കിലും നിനക്കത് ആവശ്യമായി വന്നാൽ എനിക്കു നിന്നെ സഹായിക്കാതിരിക്കാൻ കഴിയുമോ?

നോറ: ഞാൻ പറഞ്ഞു, 'അരുതെ'ന്ന് അപരിചിതരിൽനിന്നും ഞാൻ യാതൊന്നും സ്വീകരിക്കില്ല.

ഹെൽമർ: നോറ, ഇനിയൊരിക്കലും ഞാൻ നിനക്ക് ഒരപരിചിതനിൽ കവിഞ്ഞ് മറ്റൊന്നുമാവില്ലേ?

നോറ: (തന്റെ ബാഗ് എടുക്കുന്നു) ഹാ, ടോർവാൾഡ്, ഇനി വല്ല അത്യത്ഭുതവും സംഭവിച്ചാൽ മാത്രം...

ഹെൽമർ: അതെന്താണ്, ആ അത്യത്ഭുതം!

നോറ: താങ്കൾക്കും എനിക്കും അത്രയേറെ മാറാൻ കഴിയുന്ന ഒരവസ്ഥയിൽ... ഓ, ടോർവാൾഡ്, ഇനി ഞാൻ അത്ഭുതങ്ങൾ പ്രതീക്ഷിക്കുന്നില്ല.

ഹെൽമർ: പക്ഷേ ഞാൻ പ്രതീക്ഷിക്കുക തന്നെ ചെയ്യുന്നു. പറയൂ, എത്രത്തോളം മാറേണ്ടിവരുമെന്ന്...

നോറ: നമുക്കൊരുമിച്ച് ഒരു യഥാർത്ഥ ദാമ്പത്യജീവിതം സാദ്ധ്യമാകുന്നേടത്തോളം. ഗുഡ്ബൈ!

(ഹാളിലേക്കുള്ള വാതിലിലൂടെ അവൾ പോകുന്നു)

ഹെൽമർ: (വാതിലിനടുത്തുള്ള ഒരു കസേരയിൽ തളർന്നു വീഴുന്നു. കൈത്തലങ്ങൾകൊണ്ട് മുഖം പൊത്തുന്നു) നോറാ! നോറാ! (എഴുന്നേറ്റ് ചുറ്റും നോക്കുന്നു) ശൂന്യം! അവൾ പോയ്ക്കഴിഞ്ഞു! (ക്ഷണപ്രതീക്ഷയോടെ) ആ അത്യത്ഭുതം...?

(താഴെ നിന്നും ഒരു കനത്ത വാതിൽ ശക്തിയായി വലിച്ചടക്കുന്നതിന്റെ ഞെട്ടിക്കുന്ന മുഴക്കം കേൾക്കുന്നു.)

●